யாருக்கும் வேண்டாத கண்

மலையாள மூலம் : சிஹாபுதின் பொய்த்தும்கடவு

தமிழில் : கே.வி.ஷைலஜா

யாருக்கும் வேண்டாத கண்	:	சிறுகதைகள்
மலையாள மூலம்	:	சிஹாபுதின் பொய்த்தும்கடவு
தமிழில்	:	கே.வி. ஷைலஜா
	:	© ஆசிரியருக்கு
அட்டை மற்றும் உள் ஓவியங்கள்	:	சீனிவாசன் நடராஜன்
முதற்பதிப்பு	:	அக்டோபர் 2015
வெளியீடு	:	வம்சி புக்ஸ் 19, டி.எம்.சாரோன், திருவண்ணாமலை - 606 601 செல்: 9445870995 , 04175 - 251468
அச்சாக்கம்	:	மணி ஆப்செட், சென்னை - 600 077
விலை	:	₹ 120/ -
ISBN	:	**978-93-84598-13-6**

Yarukkum Vendatha Kann	:	Short Stories
From Malayalam	:	Shihabudeen Poythumkadavu
InTamil	:	K.V. Shylaja
	:	© Author
Blot - Magic and Cover Design	:	Srinivasan Natarajan
First Edition	:	October 2015
Published by	:	Vamsi books 19.D.M.Saron, Tiruvannamalai - 606 601. 9445870995 , 04175 - 251468
Printed by	:	Mani Offset, Chennai - 600 077
	:	₹ 120 /-
ISBN	:	**978-93-84598-13-6**

www.vamsibooks.com - e-mail: vamsibooks@yahoo.com

நட்பின் உச்சமான ஷெளக்கத்துக்கு

உள்ளே...

1. சிலுவை 8

2. பனிக்காலம் 21

3. ரெட்டைப்படிகள் 33

4. பலி மிருகம் 43

5. கரும்புலி 52

6. தலை 58

7. பரிணாமத் திசையில் ஒரு ஏடு 69

8. டிராகுலா 82

9. யாருக்கும் வேண்டாத கண் 94

10. ஹூமாயூன் 103

11. கம்மல் 117

12. ரயில்வே ஸ்டேஷன் 128

என்னுரை

இரண்டு வருடங்களுக்கு முன் எங்கள் நிலத்து வீட்டில் தங்கியிருந்த ஷௌக்கத் எப்போதும் ஒரு படைப்பு மனநிலையை மற்றவர்களுக்கு தந்து கொண்டேயிருந்தார். பவா, நான், வம்சி, ஜெயஸ்ரீ, உத்ரா என பல இரவுகள் அவரோடு உட்கார்ந்து இலக்கியம், சினிமா, மற்றும் மனிதம் குறித்து பேசிக்கொண்டிருந்திருக்கிறோம். ஷௌக்கத் எங்களுடன் இருக்கும்போது நான் 'சுமித்ரா'வை மொழிபெயர்த்து முடித்தேன். பவா சில சிறுகதைகளையும் 'நிலம்' தொகுப்புக்கான சில கட்டுரைகளையும் முடித்தார். ஜெயஸ்ரீ 'ஹிமாலயம்' தொகுப்பை முடித்தாள். வம்சி பல புகைப்படங்களையும் எடுத்ததும் இக்காலங்களில் தான்.

எப்போதுமான எங்கள் உரையாடல்களில் ஸ்தூலமாக பங்கெடுப்பவர் சிஹாபுதின் பொய்த்தும்கடவு. ஷௌக்கத் அவரைப் பற்றி சொன்ன பிறகு அவரைத் தேடி படிக்க ஆரம்பித்தேன். நான் இதுவரை வாசித்திராத வேறொரு பரிணாமத்தை சிஹாப் எனக்கு அறிமுகப்படுத்தினார்.

பெண் மனவெளிக் கதைகளையே அதிகம் மொழிபெயர்த்திருந்த எனக்கு சிதைவுற்ற மனநிலை, தனிமை, சமூகத்தில் பொருட்படுத்தப்படாத ஆட்கள், தன்னையே இரண்டாம் நிலையாக உணரவைக்கும் பெண் மனநிலை, இன்றைக்கு நம்முன் விஸ்வரூபமெடுத்திருக்கும் கல்வி மற்றும் அறிவு சார்ந்த பிரச்சனை, குழந்தைகளை நாம் எப்படி வளர்க்கிறோம், அவர்கள் எப்படி நம்மை கணிக்கிறார்கள் என்ற அடுக்கடுக்கான கேள்விகளை நம்முன் வீசிவிட்டு மௌனமாகி விடுகிறார். சிஹாபை வாசிக்கும் நாம்தான் ஒரு கதையிலிருந்து இன்னொரு கதைக்குப் போகமுடியாமல் அதிலேயே தங்கி தகிக்க வேண்டியிருக்கிறது.

வாழ்வின் தீராத பக்கங்களில் நம்மைக் கடந்து போகும் சாமானிய மனிதர்களே சிஹாபின் கதாபாத்திரங்கள். அவருடைய கதைகள் எளிமையானவைபோலத் தோற்றமளிப்பவை. முதல் வாசிப்பில் நம்மை ஏமாற்றிவிடக் கூடிய சாதுர்யம் மிக்கவை. அடுத்தடுத்த வாசிப்புகளில், சுழலில் மாட்டிக் கொண்டவனைப்போல அலைக்கழிக்கும், அவஸ்தைக்குள்ளாக்கும், மூச்சைத் திணறடிக்கும் தன்மை கொண்டவை. எனில் சிஹாப் தன் படைப்புகளில் வாசகனுக்கு எந்த முடிவையும் முன் மொழிவதில்லை, மாறாக அக்கதைகள் மட்டுமே அவனோடு விவாதிக்கிறது. அவரவர் மனநிலைகளுக்கேற்ப தன்னைப் பிணைத்துக் கொள்கிறது. எல்லையற்ற சுதந்திரத்தை வாசகனுக்குக் கொடுக்கிறது.

சிஹாபின் கதைகளோடு கடந்த ஆறு மாதங்களாகப் பயணித்ததில் எனக்கு மிகுந்த மனநிறைவளிக்கிற தொகுப்பாக 'யாருக்கும் வேண்டாத கண்' வந்திருக்கிறது.

இப்புத்தகத்தை நான் மொழிபெயர்த்துக்கொண்டிருந்த போதே படித்துவிட்டு மிகவும் ஆர்வமாக கதைகளின் நீரோட்டத்திலேயே உள்

ஓவியங்களையும் அட்டை ஓவியத்தையும் வரைந்து கொடுத்த நண்பர் ஓவியர் சீனிவாசனுக்கு நன்றியல்ல, நட்பின் கைகுலுக்கல்கள்.

இம்மொழிபெயர்ப்பில் எனக்கு மிகவும் உதவியாக இருந்த அம்மா மாதவி, உத்திரகுமாரன், கே.வி.ஜெயஸ்ரீ என் நன்றிக்குரியவர்கள்.

புத்தகத்தை வடிவமைத்த மோகனா, சிந்துபாரதிக்கு என் அன்பு.

எளிமையான அன்போடு,
கே.வி. ஷைலஜா
kvshylajatvm@gmail.com
www.kvshylajatvm.blogspot.com

சிலுவை

"வாழ்க்கை ஒரு கூர்மையான சிலுவை. அது சாமானியனின் தலையில் பூமியின் கால்களைப் போல பாய்ந்து நிற்கிறது"

செய்திகளுக்கு நடுவில் அனந்தன் இதை எழுதினான். எவ்வளவு முயன்றும் அவனால் அந்த வரிகளை அடித்துத் திருத்தவே முடியவில்லை. நிமிடங்கள் நகரநகர அவன் அதிலேயே மூழ்கியிருந்தான். செய்தி ஒரு போதும் தவறானதில்லை. எழுதிய தாள்களை டெஸ்க்கில் ஒப்படைத்துவிட்டு அவன் எடிட்டரின் அறைக்குள் நுழைந்தான். எல்லோரும் போய் விட்டிருந்தார்கள்.

எடிட்டர் தலையை உயர்த்திப் பார்த்தார். இவன் குனிந்தபடியே கேட்டான்.

"இருநூறு ரூபா வேணும் சார்"

"அனந்தன் இந்த மாசம் சம்பளம் போக, நீங்கதான் எனக்குத் தர வேண்டியிருக்கும்"

அவனுக்கு என்ன சொல்வதென்று புரியவில்லை. மௌனமாய் நின்றான். அதை நீட்டிக்க விடாமல் "சரி, அம்பது ரூபா வாங்கிக்கங்க" என்றார் எடிட்டர்.

கனத்த மனதுடன் அனந்தன் ஐம்பது ரூபாயை வாங்கிக் கொண்டு வீட்டிற்குப் புறப்பட்டான்.

"குழந்தைக்கு ஜுரம் எப்படியிருக்கு?" சோகத்தில் மரத்துப்போய் கிடந்த மனைவியின் முகத்தை ஏறெடுக்க முடியாமல் கேட்டான்.

"கொஞ்சம் பரவாயில்லை. பல் முளைக்கிறதனாலதான் இப்படி ஜுரம் அடிக்குதுன்னு டாக்டர் சொல்றார்"

"எங்கயிருக்கான் அவன்?"

"தூங்கறான். இப்ப எழுப்பாதீங்க"

"இத்தனை வயதிற்குப் பிறகும் பல் முளைக்காமலிருப்பதையும், அடிக்கடி காய்ச்சல் வர்றதையும் கவனமாப் பார்க்கணும்னு டாக்டர் சொன்னார். பல் முளைச்சுட்டா அவன் தெளிவாப் பேச ஆரம்பிச்சுடுவான்னும் சொல்றாரு"

அனந்தன் பெருமூச்சுடன் நாற்காலியில் சாய்ந்து உட்கார்ந்தான்.

"வாழ்க்கை ஒரு கூர்மையான சிலுவை. அது சாமானியனின் தலையில் பூமியின் கால்களைப் போல பாய்ந்து நிற்கிறது"

இருட்டில் அவன் தன் தலையில் கையை வைத்து அழுத்தினான். கையில் ஈரம் படர்ந்தது. வேர்வைதான். வெளிச்சத்திற்குக் கைகளை நீட்டிப் பார்த்தான்.

வியர்வையில்லை. அது ரத்தம். கை நிறைய ரத்தம்.

காய்ச்சலில் தளர்ந்த சோர்வு நிறைந்த கண்களைத் திறந்து மகன் அவனைப் பார்த்தான்.

"நீ எதுவும் சாப்பிடலயா? சோந்து போயிட்டியேடா?"

"உவ்வாவோ... மவ்வாவோ..."

அனந்தனின் கண்கள் நிறைந்து தளும்பியது.

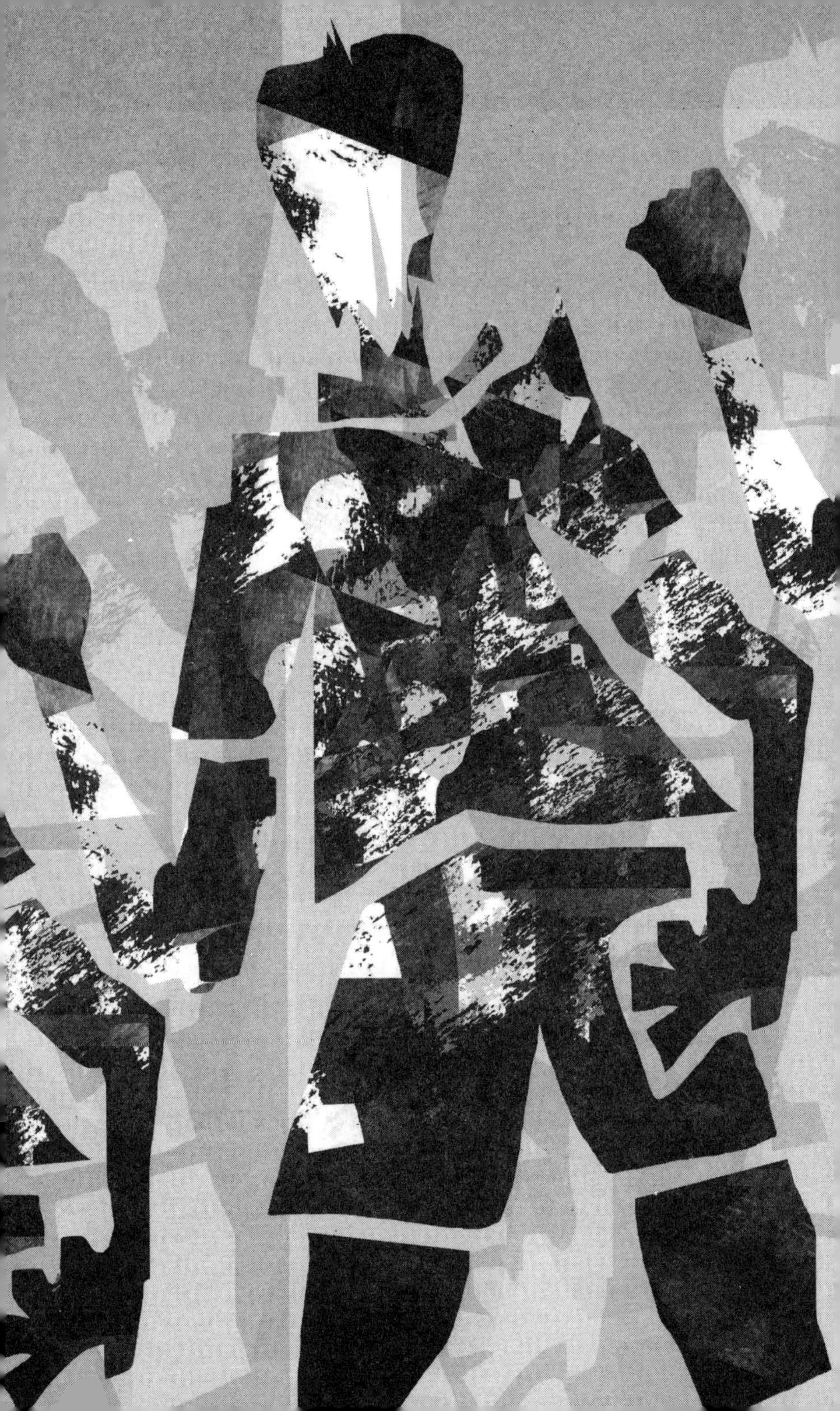

''என்னடா தங்கம் இதோட அர்த்தம்? நீ எப்ப என்னை அப்பான்னு கூப்பிடப் போற? அதுகூடப் பரவாயில்லை. அம்மான்னு அவளையாவது கூப்பிடமாட்டியா?''

எப்போதும் பார்க்கும் ஒரு குழந்தைகள் நல மருத்துவரைப் பார்த்தபோது, அவர் மிகுந்த கவலையுடன் சொன்னார். 'குழந்தைக்கு முழுமையான சில பரிசோதனைகளைச் செய்யணும். இப்படியே வச்சிருந்தா குழந்தையின் பிரச்சனை பெரிசாயிடும்' என்றும் சொன்னார்.

மகன் என்னென்னவோ புரியாத மொழியில் பேசிக் கொண்டிருந்தான். அனந்தன் மரத்து போன உணர்வுடன் அதே இடத்தில் சிலை போல உட்கார்ந்திருந்தான். சிலுவையின் வலி தலை வழியாக தாடையில் குத்திட்டு நின்றது. வெளியே யாரோ இரக்கமின்றி கதவைத் தட்டுகிறார்கள். சில நிமிடங்களில் கருணையே இல்லாத வீட்டுக்காரனின் கூப்பாடு கேட்கிறது.

''நான் இந்த வீட்டை இடிக்கப் போறேன். நீ வாடகையும் தர வேணாம், ஒரு மண்ணும் தர வேணாம். வீட்டை காலி செய்து கொடுத்தா மட்டும் போதும்''

அனந்தன் எழுதிக் கொடுத்த ரிப்போர்ட்டை நான்காய்க் கிழித்தபடி எடிட்டர் கொதித்தெழுந்தார்.

''மனசில நீ யாருன்னு நெனச்சுகிட்டிருக்க? தேசத் தியாகி ராமகிருஷ்ணப் பிள்ளை கூட இப்படி செய்ய மாட்டாரே? உன்னோட தார்மீக, லௌகீக பிரச்சனையைக் கொண்டு எழுதப்படும் கவிதையில்ல ரிப்போர்ட்டுங்கறது. அதையெல்லாம் சகிச்சுக்க நானும் காஞுங்காட்டு ஆலுடுக்கு தாடிக்காரனில்ல. எனக்கும் வாழணும். பத்திரிகைக்கு விளம்பரம் வேணும். இது மாலை செய்திகளைக் கொண்டு வரும் ஒரு பத்திரிகைதான்றது நியாபகம் இருக்கா? தோன்றதையெல்லாம் எழுதி வைக்க நான் உனக்கு சம்பளம் தரல்ல''

அவர் கோபத்தில் பேசிக்கொண்டே போனார். அந்த வார்த்தைகளிலிருந்து அனந்தனுக்கு ஒருவரி மட்டுமே தெளிவாய்க் கேட்டது.

"எனக்கும் வாழணும்"

நாற்காலியில் போய் உட்கார்ந்து பி.டி.ஏ. ரிப்போர்ட்டை மொழிபெயர்க்க ஆரம்பித்தான். நாட்டின் ஒற்றுமையையும் இறையாண்மையையும் காக்க வேண்டும் என்று ஜனாதிபதி அறைகூவல் விடுத்திருந்தார். முடித்துவிட்டு எழுந்தபோது இரவாகியிருந்தது. வெளியே இருட்டு மேலெழுந்திருந்தது. ஒரு துளி கண்ணீர் கீழே விழத் தயாராக இருந்தது. கடவுளே எதற்கிப்படி?

வீட்டிற்கு வந்தவுடன் ஒரு விசித்திரமான செய்தி அவனுக்காகக் காத்திருந்தது.

"நீங்க காலைல மகன்ட்ட பணம் குடுத்தீங்களா?"

அனந்தன் சட்டையைக் கழற்றி ஆணியில் மாட்டும் முன்பாக வியர்த்து போன கஞ்சி மொடமொடப்பை முகர்ந்து பார்த்தான்.

"நீ என்னைக் கிண்டல் பண்றியா விமலா? எங்கிட்ட ஏது பணம்? மூணு ரூபா எழுபத்தைஞ்சு பைசாவோட தான் நான் இன்னக்கி காலைல வெளியே போனேன். உனக்குத் தெரியாதா அது?"

"அப்பறம் எப்படி இது குழந்தை கைல வந்துச்சி?"

"என்னது?"

"சாப்பாட்டிற்கு அரிசி கழுவிட்டிருக்கும்போது இவன் கையில ஒரு அம்பது ரூபா நோட்டோடு வந்தான். கேட்டா பதில் சொல்லமுடியுமா அவனால? வெளியே போய் பாத்தப்ப யாரும் இல்ல. அதான் நீங்க குடுத்தீங்களான்னு..."

அவனோடு நாலுவார்த்தை பேசிப் பார்க்கலாம் என்று படுக்கையறைக்குப் போனால் அவன் ஆழ்ந்த தூக்கத்திலிருந்தான்.

புதிதாக ஆரம்பித்த ஒரு செய்தித்தாளின் மாலைநேர எடிஷனில் வேலைபார்க்கும் அனந்தனுக்கு செய்தியின் உண்மைத் தன்மையைத் தெரிந்துகொள்ள எடுத்துக்கொண்ட சிரமம் தோல்வியடைந்தது. அதுமட்டுமல்ல, இதை அவருடைய நியூஸ் எடிட்டரிடம் சொன்னபோது அவருக்கும் அது பிடிக்கவில்லை.

அனந்தனுக்கு தன்னை யாரோ ஏமாற்றுவதாகவே தோன்றியது. மனநிலையைப் பிரதிபலிப்பது போல வழிநெடுக விளக்குக் கம்பங்கள் அணைந்திருந்தன.

இரவு சாப்பாட்டில் எறா பொரித்து வைத்திருப்பதைப் பார்த்து அவன் விமலாவிடம் கேட்டான்.

''இது எங்கயிருந்து?''

''காசு குடுத்தா கிடைக்காத பொருள் இருக்கா இந்த பூமியில?'' கள்ளச் சிரிப்புடன் விமலா சொன்னாள்.

அனந்தன் புரியாமல் விழித்தான். ஒத்த ரூபாய்க்கு வழியில்லாமல் இருக்கும்போது எறாப் பொரியலுடன் ஒரு இரவு சாப்பாடு...ம்... யோசனையைத் துண்டித்தபடி விமலா மேலும் கேட்டாள்.

''பையன் கையிலயே காசைக் குடுக்கணும்னு தீர்மானிச்சிட்டீங்களா? எறாவோட சைஸ் பாத்தப்ப நீங்க பையன்ட்ட குடுத்த நூறு ரூபாய்க்கும் வாங்கி சமைச்சிடாலாமான்னு தோணுச்சு. எறா தொக்கு சாப்பிட்டு எவ்ளோ நாளாச்சு..?''

''நான் மகன்ட்ட காசு கொடுத்தேன்னா சொல்ற?''

''எதுக்கு இப்படி எங்கிட்ட விளையாடறீங்க? ஆனா பெரிய தொகையெல்லாம் அவன்ட்ட குடுக்காதீங்க. ஆள் வளர்ந்த அளவுக்கு அவனுக்கு இதெல்லாம் புரியாதுன்னு உங்களுக்குத் தெரியாதா என்ன? பிறகு பணம் தொலைச்சிடுச்சேன்னு நாம தேடிட்டு இருக்கணும்'' பேசிக்கொண்டே அப்பளம் பொரிக்க சமையலறைக்குப் போனாள் விமலா.

அனந்தன் தன் பாக்கெட்டைத் தடவிப் பார்த்தான். அங்கே ஒரு ரூபாயின் நாணயம் மட்டுமே இருந்தது. நான்கைந்து நாட்களாக அவனின் லௌகீகப் போராட்டம் அதனோடு மட்டுமேயாக இருந்தது. ஆனால் மகனோ எங்கிருந்தோ ஐம்பது, நூறு ரூபாய் நோட்டுகளாகக் கொண்டுவருகிறான். எங்கிருந்து என்று கேட்கும்போதெல்லாம் விசித்திரமான மொழியில் குழப்பமாகப் பேசுகிறான்.

''உவ்வாவோ ... ககக்க... காகா... சாவ்வோவா...''

காலம் தன்னைத்தானே தாண்டி, யாருக்கும் எதற்கும் நிற்காமல் போய்க் கொண்டேயிருந்தது. கிட்டத்தட்ட எல்லா நாட்களிலும் எடுத்துவைத்தது போல மகன் ஐம்பது, நூறுரூபாய் தாள்களைக் கொண்டுவந்து கொடுக்கிறான். அனந்தனும் மனைவியும் எவ்வளவு முயன்றும் அது எங்கிருந்து வருகிறது என்று கண்டுபிடிக்க முடியவில்லை.

குழந்தையின் ஒவ்வொரு அசைவின் பின்னாலும் அவர்களுடைய கண்கள் குத்திட்டு நின்றன. ஆனால் அவனுடைய அசைவுகளின் குறுக்கே யாரோ நடக்கிறார்கள். பூமியில் யாராலும் அந்தக் கணத்தில் பின்தொடர முடியாது என்று தோற்றுப் போய் அவர்களே சமாதானமுமடைந்தார்கள்.

நாம் எதற்கு இதற்காக இவ்வளவு கவலைப்பட வேண்டும்? தினம் தினம் பணம் கிடைக்கும் இந்த வாழ்க்கை நன்றாகத்தானே போய்க் கொண்டிருக்கிறது? வீட்டுச் சொந்தக்காரன் இப்போது திட்டுவதில்லை. மளிகைக்கடையிலிருந்து எல்லா சந்தோஷங்களோடும் பொருட்கள் வீட்டிற்கு வந்து சேர்கின்றன. நடுநடுவில் மிச்சம் பிடிக்கும் பணம் கொண்டு விமலா சின்னச் சின்னதாய் சீட்டுபிடிக்கிறாள். வீட்டிற்குத் தேவையான அத்தியாவசிய ஆடம்பரப் பொருட்களெல்லாம் வரத் தொடங்கின. வீட்டின் வெளியே ஒரு டிஷ் - ஆண்டனாகூட வந்து விட்டது. இதோடு அவர்களுடைய தேவைகள் எல்லாம் ஓரளவு பூர்த்தியாயின.

அதிர்ஷ்டம் என்றுதான் இதைச் சொல்லவேண்டும். வருமானமும் அதற்கேற்றவாறு கூடிக்கொண்டே போனது. ப்ளாக் அண்ட் ஒயிட் டி.வி.க்குப் பதிலாக ஒரு கலர் டி.வி. வாங்கலாம் என்று மனதில் நினைத்ததற்கு மறுநாள், மகன் ஐநூறு ரூபாய் கட்டோடு அவளை எதிர்கொண்டான். தூங்கிக் கொண்டிருப்பவர்களை எழுப்பித் தருவது போல அந்தப் பணத்தை அவன் பெற்றோர்களுக்குத் தந்தான். அவன் கண்களில் சாந்தம் மட்டுமேயிருந்தது. மிகுந்த பரவசத்துடனும் பதட்டத்துடனும் விமலா மகனிடம் கேட்டாள்.

''சொல்லுடா செல்லம், இதெங்கேயிருந்து கெடைக்குது உனக்கு? எங்களுக்கு ஒண்ணுமே புரியலயே?''

அவன் சங்கேத மொழியில் பதில் சொன்னான்.

''உவ்வாவோ... குவா... வாவோ... திகுவாவா...''

சந்தோஷமா துக்கமா என்று பிரித்துணர முடியாமல் அவள் கண்கள் சட்டென நிறைந்து தளும்பியது.

''அம்மாக்குப் புரியற மாதிரி சொல்லுடா மகனே, இந்தப் பணத்தை எங்கயிருந்து நீ கொண்டு வந்து தர்றே?''

அப்போதும் அவன் தன் விசித்திர பாஷையையே தொடர்ந்தான். அவனென்னவோ அவர்களுக்குப் புரிய வைக்கத்தான் முயற்சிக்கிறான். இவர்களால் அதிலிருந்து ஒரு வார்த்தையைக் கூடப் புரிந்துகொள்ள முடியவில்லை. ஆனாலும் மகன் ஏதோவொரு அனுக்ரக ஜீவியைப்போல, யாருக்கும் புரிந்துகொள்ள முடியாத பாஷையில் குழறலும் இசையுமாக சூட்சுமத் தொனிகளுடன் பேசிக் கொண்டே போகிறான்.

''இனியும் கேள்வியாக் கேட்டு அவனைக் கஷ்டப்படுத்த வேண்டாம். ஒரு வேளை நம்ம கஷ்டங்களைப் பாத்து கடவுள் தரும் தானமாகவும் இருக்கலாம் இல்லையா விமலா?''

எவ்வளவு சீக்கிரம் தன் கணவன் கடவுள் நம்பிக்கையுடையவராய் பேசுகிறார் என்று விமலாவுக்கு ஆச்சரியமாக இருந்தது. கடவுளைப் பரிகசிப்பதில் எவ்வளவு பிரியமுடையவர் தன் கணவர்? இப்படி பேசுகிறாரே என்ற ஆச்சர்யம் விலகுவதற்குள் அவன் சொன்னான்.

''ஆனாலும் இப்பகூட நமக்கு சில தேவைகள் இருக்கே விமலா, சொந்தமாக வீடு கட்டிட்டோம் என்பதெல்லாம் நிஜம்தான். ஆனால் இந்த ஊரின் உஷ்ணத்திற்கு, படுக்கையறைக்கு மட்டுமாவது ஒரு ஏ.ஸி.போட்டிருக்கலாம் (ஏ.ஸி. அறையில் தாம்பத்தியத்திற்கு என்னவொரு சுகம்) இந்தப் பழைய அம்பாஸிடர் காரை விற்றுவிட்டு நாம எப்போ ஒரு டாடா கார் வாங்கறது? அதுபோல டவுனில் ஒரு ரெடிமேட் கடை வைக்கணுங்கற என்னோட பல நாள் ஆசை இப்பவும் மனசில சவம் போல இறுகிக் கிடக்கு விமலா'' அவன் இயலாமையின் மொத்த உருவாய் பேசிக்கொண்டே போனான்.

''இவனுக்கு அஞ்சு வயசாவுது, இதுவரைக்கும் அவன் வாயத் தொறந்து பேசவேயில்ல, உங்களுக்கு அதப்பத்தி ஏதாவது கவலையிருக்கா?''

அவன் பதறிப் போனான்.

''நமக்குத் தெரிந்த எல்லா டாக்டர்ட்டயும் நாம கூட்டிட்டுப் போயிட்டுதானே இருக்கோம்?''

நிஜத்தில் இந்த வார்த்தைகளுக்கிடையில் அனந்தன் எதை மறைத்து வைக்கிறான் என்பது அவளுக்கு மிகச் சரியாய் புரிந்தது.

அதற்குப் பிறகான ஒரு நாளில் கல்கத்தாவிற்கு சிறப்பு மருத்துவரைப் பார்க்கச் சென்ற அப்பாவும், மகனும் புறப்பட்ட இரண்டு மணிநேரத்தில் திரும்பி வந்தார்கள். விமானம் புறப்பட்டு போய்விட்டது என்ற பொய் அத்தனைப் பொருத்தமானதாக இல்லை.

அன்று இரவு விமலா அனந்தனிடம் கேட்டாள்

‘‘நிஜமா சொல்லுங்க, நீங்க எதுக்கோ பயப்படறீங்க இல்லையா?’’

வேறுவழியில்லாமல் அனந்தன் பதில் சொன்னான்.

‘‘அவன் பேசத் தொடங்கிவிட்டால் பண வரவு நின்று போய்விடுமோ என்று எனக்கு பயமாக இருக்கு விமலா. ஆனா நான் அவ்ளோ மோசமானவனும் இல்ல...’’ சொன்னவன் கேவி கேவி அழத் தொடங்கினான்.

‘‘சரி சரி நாம அவனுக்கும் வேண்டித்தானே இதையெல்லாம் செய்றோம்’’

உதட்டிலிருந்து மட்டும் வார்த்தைகள் வெளிவர சமாதானம் சொன்னாள் விமலா.

காலம் கடந்தபடியே இருந்தது. புதிய புதிய பொருட்கள் வீட்டில் ஒவ்வொரு அறையின் காலி இடங்களையும் நிறைத்தன. டிஜிட்டல் ஃபோனும், கம்ப்யூட்டரும் கூட அவர்களுக்கு சாதாரணப் பொருட்களாகி விட்டன.

ஒரு மாலை வேளையின் நிம்மதியான நேரத்தில் அனந்தனைப் பார்க்க அவருடைய பழைய எடிட்டர் வந்தார். வந்தவுடன் காலில் விழுவதைப் போலப் பேசத் தொடங்கினார்.

‘‘நமக்குப் பல நேரங்களில் கருத்து வேறுபாடு இருந்திருக்கிறது அனந்தன். தொடர்ந்து பத்திரிக்கை நஷ்டத்தில போய்ட்டிருக்கு. உங்க நிறுவனத்தோட விளம்பரம் தந்து..’’

சட்டென ஏற்பட்ட மூச்சுத் திணறலில் எடிட்டரால் பேச முடியவில்லை.

‘‘உங்க பத்திரிகையை விக்கப் போறீங்களா? என்ன விலை சொல்றீங்க?’’

அனந்தன் அதை வாங்கினான். மறுநாளைய செய்தித்தாளின் முதல் பக்கத்தில் கை கூப்பியபடி தன் படத்தைப் பிரசுரித்தான்.

அடிக்குறிப்பாய் பழைய எடிட்டரைக் கொண்டே செய்தி எழுதி வாங்கினான்.

''இந்தப் புகைப்படத்தில் காணும் இவருக்கு அனேக கஷ்டங்களை நான் கொடுத்திருக்கிறேன். அதற்கு மன்னிப்பு கேட்கும் விதமாக இந்தப் பத்திரிகையை நான் அவருக்கே கொடுக்கிறேன்''

விமலாவுக்கு ஏனோ இந்தப் பைத்தியக்காரத்தனம் பிடிக்கவில்லை. கோபத்தில் கத்தத் தொடங்கினாள்.

''குரூரத்தைப் பற்றிச் சொல்ல உங்களுக்கு என்ன அருகதையிருக்கு? நீங்கள் மகனிடம் காட்டுவதற்குப் பெயரென்ன? அவரவர்களின் சாம்ராஜ்யத்தை விரித்துக் கொண்டே போவது குரூரமில்லையா? சுயநலமில்லையா?''

''விமலா, எனக்கு இன்னும் ஒரே ஒரு ஆசைதானிருக்கிறது. அதுவும் நடந்திடுச்சுன்னா போதும்''

விமலா தன் கணவனின் கண்களில் மிளிர்ந்த கொடூரத்தை தரிசித்தாள்.

''சொந்தமாக ஒரு விமானமும் விமானத்தளமும் இருந்தால் மட்டும் போதும், விமானத்தளம் அமைப்பதற்கான ஆரம்பகட்ட வேலைகள் தொடங்கிவிட்டன''

விமானத்தளம் அமைக்கும் பணிகளுக்கிடையில் மனைவியின் நிர்பந்தத்தின் பொருட்டு, அவன் மகனைக் கூட்டிக்கொண்டு கல்கத்தா சிறப்பு மருத்துவரைப் பார்க்கப் போனான்.

ஸ்கேனிங் அறையிலிருந்து டாக்டர் பயந்து அலறிய குழந்தையைப் போல வெளியே ஓடிவந்தார். சிறிது நேர அமைதிக்குப்பிறகு அவனை மாற்றி மாற்றி பல எந்திரங்களிலும் உட்கார வைப்பதையும் கண் சிமிட்டாமல் பரிசோதிப்பதையும் அனந்தன் மானிட்டரில் பார்த்தான். டாக்டரின் முகபாவத்திலிருந்து

அவர் இயல்பு நிலையில் இல்லை என்பது மட்டும் அவனுக்குப் புரிந்தது.

வியர்வையில் நனைந்தபடி வெளியே வந்த டாக்டர், சில நிமிடங்கள் அமைதியாக உட்கார்ந்திருந்தார். அந்த முகத்திலிருந்து அனுமானிக்க முடியாத ஆயிரமாயிரம் வார்த்தைகளும் வண்ணங்களும் அவனைப் பெரும் அவஸ்தைக்குள்ளாக்கின. கடைசியாக சமநிலையை மீட்டெடுத்த டாக்டர் பேச ஆரம்பித்தார். வார்த்தைகளில் கோபத்தை அடக்கி வைத்ததன் அழுத்தம் தெரிந்தது.

''நீங்க இவ்வளவு நாளா தூங்கிட்டு இருந்தீங்களா மிஸ்டர்?''

''என்ன ஆச்சு சார்?''

''உங்க மகன் இப்போ உயிரோடில்லை தெரியுமா?''

அனந்தன் நாற்காலியில் உட்கார்த்தி வைத்திருக்கும் தன் மகனைச் சேர்த்தணைத்தபடி புலம்பத் தொடங்கினான்.

''நீங்க என்ன டாக்டர் சொல்றீங்க, எனக்குப் புரியலயே?''

டாக்டர் மெல்ல ஜன்னலருகே நடந்து சென்றார். ஏ.ஸி.யின் அளவு கூடுதலாகயிருந்தபோதும் அவருக்கு வியர்த்தது. உண்மையை உணரவைக்கும் உறுதியான குரலாக இருந்தபோதிலும், அதிலொரு இயலாமை தெளிவாகத் தெரிந்தது.

''அவனிப்போது பணம் தயாரிக்கும் ஒரு பெட்டியிலிருக்கிறான் மிஸ்டர். அவனுடைய ஆயுசு காலம்வரை அவன் இப்படியே இருப்பான். இந்த உலகம் முழுவதையும் அவன் உங்களுக்காக வாங்கித் தருவான். ஆனால் பணம் தயாரிக்கும் எந்திரம் என்ற வடிவத்திலிருந்து அவனால் ஒருபோதும் மாறமுடியாது''

வெளியே விமானமொன்று பெரும் சப்தத்துடன் தரையிறங்கியது. அது வானத்தின் எல்லையிலிருந்து தன் ஓடுதளத்தைக் கண்டுபிடிக்கும் முயற்சியிலிருந்தது.

பனிக்காலம்

கறிக்குழம்பில் நசுக்கி இடப்படாத இஞ்சித் துண்டுகளையும், டிசம்பர் மாதத்தின் பனி மூடிய விடியல்களையும் பார்க்கும் போதெல்லாம் அசைனார்க்காவை நியாபகம் வரும். மூன்று மாதம் மனப்பிழற்விலும் ஒன்பது மாதம் சமநிலையிலும் வாழ்ந்த அசைனார்க்கா அவர்.

கடல் போல நீண்டு விரிந்து கிடக்கும் எங்களூர் வயல்களை, டிசம்பர் மாதப் பனி மூடிக் கிடப்பதைப் பார்த்திருக்கிறீர்களா? சூரியன் உதிப்பதற்கு முன்னால் உள்ள விடியல். அதற்கு முன் பூமியில் மெலிதான வெளிச்சம் பிறக்கும். மிக மிக மெலிதான வெளிச்சம். இருட்டின் கருமைக்கு மேலாக எண்ணெய் தேய்த்தால் வரும் மெல்லிய பளபளப்பு. இந்தப் பளபளப்பில் எங்கள் வயல்களைப் பார்த்தால் இறந்து போன ஆத்மாக்கள் கூட்டமாய் அதில் நிற்பதைக் காணமுடியும். அப்படித்தான் எங்கள் மூதாதையர்கள் சொல்லி வருகிறார்கள். இறந்து போனவர்களில் உங்களுக்கு யாரைப் பார்க்க வேண்டும்? அவரையே தியானித்தபடி வயல் வரப்பில் நின்று பனி படர்ந்த மலையைப் பாருங்கள். அந்தப் பனி மலையிலிருந்து அவர்கள் உங்களைப் பனிப் படலத்தினூடாகப் பார்ப்பார்கள். ஒருவேளை உங்களைப் பார்த்து அவர்கள் துக்கத்துடன் கைகளைக் கூட அசைக்கலாம்.

நான் சொல்வது அசைனார்க்காவைப் பற்றித்தான்.

வயல் கூட்டங்களின் இதயத்தைப் பிளந்து கொண்டு நீண்ட ஒரு செம்மண் பாதை எங்கள் கிராமத்தைத் திடுக்கிட்டு உணர்த்தியது. அது எப்போதோ நடந்தது. ஒரு சாலையின் ஆவேசத் திமிர்ப்பைத் தாண்டிச் செல்லாத, மழைக் காலங்களில் சகிக்கமுடியாத சேறு படர்ந்து அலங்கோலமான ஒரு செம்மண் திடல். பார்க்கப் பார்க்க செம்மண் திடல் எங்கள் வயலின் ஒரு பாகமாய் மாறியது.

எங்கள் கிராமத்தில் அதிகாலையில் முதல் ஆளாக எழுவதே அசைனார்க்காதான். அவர் எழும் நேரத்தில் எழுந்திருந்து நடந்தால்தான் டவுனுக்குப் ரயிலை பிடிக்க முடியும் என்றொரு வழக்கே எங்கள் ஊரில் நிலைத்திருந்தது.

இரவில் தளர்ந்து தூங்கும் விடியலினூடாக கோல் ஊன்றி அவர் எங்கும் நடந்து போவார். செம்மண் திடலில் குத்திட்டு நிற்கும் கற்களைத் தட்டியபடி அசைனார்க்காவின் கோல் ஏற்படுத்தும் தாள லயத்தின் சப்தம். இந்த சப்தத்திற்கு எத்தனை அர்த்தங்கள் இருக்கிறது தெரியுமா?

இந்த அதிகாலையில் அசைனார்க்காவின் பூ விழுந்த கண்களும், மௌனம் மூடிய காதுகளும் உணர்வோடிருக்கும். மூக்கு விடைத்திருக்கும். எங்கோ ஒரு வெளிச்சம். ஒரு ஆள் கூட்டத்தின் கிறுகிறுப்பு எங்கேயாவது இருக்கிறதா? குங்கிலியம் போல ஏதோ வாசனை வருகிறதே? இல்லை. அது வெறும் நினைப்பு மட்டுமே. அசைனார்க்காவின் ஊன்றுகோலின் தாளம். மீண்டும் மீண்டும் விசாரணையோடும் கவனத்தோடும் அவர் மரணத்தைத் தேடுகிறார். மரணம் அவருக்கொரு போதையாயிருந்தது. எங்கேயாவது மரணத்தின் சிறுபொறி தெரிந்தாலே போதும், அசைனார்க்காவின் மனதிற்குள் சந்தோஷம் பொங்கும். அவர் சதா சர்வகாலமும் மரணத்தைத் தேடி நடந்தார். மரணத்தின் வாசனை. மரணத்தின் சப்தம். மரணத்தின் ஸ்பரிசம். முடிவற்ற உறக்கம். அதன் போதை. அதில்

முழ்கி நீந்தி வாழ்க்கைத் துயரங்களிலிருந்து விலகி ஓடி, நாங்கள் எங்கள் வீடுகளில் உறக்கத்தின் உன்மத்தத்தில் முன்னேறிப் போகும் நேரம். அதோ, ஒரு ஊன்றுகோலின் சப்தம்.

டப்... டப்... டப்...

அது உறங்கிக் கிடக்கும் எங்கள் உணர்வின் மேலேயே விழுந்தது. அது கண்டிப்பாக மரணத்தின் அர்த்தம் மட்டும் தாங்கி வரும் சப்தமல்ல. இந்த சப்தத்தில் அதிர்ந்து முதலில் நாங்கள் பலமுறை இருட்டில் எங்களையே தடவிப் பார்த்துக் கொள்வோம். பிறகு எங்கள் சொந்தங்களை. எல்லாரும் பரஸ்பரம் தடவிப் பார்த்துக் கொள்வோம். நீ எழுந்து விட்டாயா என்று பரஸ்பரம் கேட்டுக் கொண்டும் இருப்போம்; கேட்காமலும் இருப்போம்.

ஆனாலும் அசைனார்க்காவை யாராலும் வெறுக்க முடியவில்லை.

மரணம் முடிந்த நாற்பதாம் நாள் காரியத்திற்கு எங்கள் வீடுகளில் நெய்ச்சோறும் கறிக்குழம்பும் வைக்கும் பழக்கமுண்டு. நாற்பதாம் நாளில் சொந்த பந்தங்கள் எல்லாம் சேர்ந்து இறந்தவர்களுக்காக படைக்கும் சடங்கு செய்வோம். வாசலில் சின்னதாய் போடப்பட்ட பந்தல். பந்தலின் கீழே வாடகைக்கு எடுத்த மேசை நாற்காலிகள். வாடகை நாற்காலியில் உட்கார்ந்து நாங்கள் இறந்தவர்களை நினைத்துக்கொண்டு நெய்ச்சோறும் கறிக்குழம்பும் சாப்பிட்டோம். இந்த மரண விருந்துகளில் அசைனார்க்கா ஒருபோதும் வந்து சேராமல் இருக்கமாட்டார். அசைனார்க்கா இல்லாத ஒரு மரண விருந்தும் எங்கள் கிராமத்தில் நடந்ததில்லை. அவரை யாரும் கூப்பிட வேண்டுமென்றில்லை. எப்படியும் அவரே வந்து சேர்ந்து விடுவார். விருந்துப் பந்தலின் ஒரு ஓரத்தில் முதலில் அவருடைய நிழல் தெரியும். பிறகு தலை. பூ விழுந்த கண்களின் தீட்சண்யமான ஒளி. கருத்த முகத்தில் நரைத்த ரோமங்கள். அவரைக் கண்டால் நமக்கு, வேறொரு நாற்பதாம் நாள் காரியம் முடித்து நேராக இங்கே

வருகிறார் எனத் தோன்றும். நாற்பதாம் நாள் காரிய நெய்ச்சோறும் கறிவிருந்தும் அசைனார்க்காவிற்கு ஒருபோதும் திகட்டியதேயில்லை.

என் பெரியப்பா இறந்து, அவரின் காரியத்திற்கு நான் தான் பரிமாறினேன். ஆர்வம் குறையாமல் நெய்ச் சோற்றை அள்ளி அள்ளித் தின்னும் அசைனார்க்காவையே பார்த்துக் கொண்டிருந்தேன். அவருடைய வலது கையின் சிறு விரலின் மாற்றம் என்னைச் சுண்டியிழுத்தது. அவ்விரல் இஞ்சி போலிருந்தது. சிறு விரலிலிருந்து கிளை பிரிந்து அதே நீளமுள்ள வேறு ஒரு விரல். அள்ளித் தின்னும் சாப்பாட்டிலிருந்து அந்த விரல் மட்டும் நகர்ந்து நின்று தனியே தெரிந்தது.

அவர் வந்தவுடன் பந்தல் நிசப்தமாகும். முகத்தில் மரியாதையோ, அடக்கி வைத்த வெறுப்போ, வெறித்து நிற்கும் பாவமோ எது அந்த பார்வையில் இருக்கிறதென்று பார்ப்பவர்களால் யூகிக்க முடியாது.

பனிக்காலம் வந்தவுடன் நிலைமை அப்படியே தலைகீழாக மாறிவிடும். அசைனார்க்காவிற்குப் பைத்தியம் முற்றும் காலமிது. பலருக்கும் ஆசுவாசமோ, பரிதாபமோ ஏதோவொன்று தோன்றும். பனிக்காலம் ஆரம்பிக்கும் ஒரு நள்ளிரவில் தான் அவர் தன் குடிசையை விட்டு இறங்குவார். யாராலும் நிறுத்தவோ, தடுக்கவோ முடியாத பயணத்திற்குப் புறப்படுவதுபோல அசைனார்க்கா பழமையின் துர்நாற்றம் வீசும் தன் பெட்டியிலிருந்து ஒரு கோட்டையும் தொப்பியையும் அணிந்து வெளியே வருவார். அன்று ஊன்றுகோலைத் தவிர்த்துவிடுவார். சுயமாக நிமிர்ந்து நெஞ்சுக் கூடு இன்னும் கொஞ்சம் விரிந்து பரந்து தெரியும். நள்ளிரவின் பனி படர்ந்த வயல் வரப்பின் கண்ணுக்கெட்டாத பூமி. அதற்கு நடுவிலிருந்து அவர் கைதட்டி யாரையோ எழுப்புவார்.

வா... வா... வா...

வா... வா... வா...

அப்போது எங்கிருந்து என்றில்லாமல் அவரைச் சுற்றிலும் நிறைய நாய்க்குட்டிகள் வந்து சேரும். ஒவ்வொரு நாய் குட்டியின் கழுத்திலும் துணிமூட்டையிலிருந்து எடுத்து தோல் பட்டியை மாட்டிவிடுவார். பிறகு அவர் வயல் கூட்டத்தின் நடுவில் தீ மூட்டுவார்.

சின்னக் குழந்தைகளைப் போல தீக்காய நாய் குட்டிகள் அவரோடு ஒட்டி சேர்ந்து உட்கார்ந்து கொள்ளும்.

அவர் நாய் குட்டிகளுக்கு மட்டும் பாட்டு பாடிக் கொண்டிருப்பார்.

வா... வா... வா...

வா... வா... வா...

நடுநடுவே நிமிர்ந்தெழுந்து தனியாக வட்டமாக சுற்றி வந்து கைதட்டி அழைப்பார். இந்த சப்தம் கேட்டு எங்கள் வீடுகளிலிருந்து பரஸ்பரம் ரகசியமாய் 'அசைனார்க்காவிற்கு முத்திருச்சு', 'பனிக்காலம் வந்திடிச்சு' என்று பேசிக் கொள்வோம்.

பனிக்காலத்தில் அவர் கிராமத்தின் மூலை முடுக்கெல்லாம் நாய் குட்டிகளுடன் அலைந்து திரிவார். இரவுத் தூக்கம் எங்கேயாவது யாருடைய கொல்லைப்புறத்திலாவது இருக்கலாம். திண்ணையில் இருக்கலாம். வாசலில் இருக்கலாம். நம் வீட்டின் முன் திடீரென முளைத்திருக்கும் அவர் படுக்கை, இரவில் சிறுநீர் கழிக்க கதவைத் திறந்து வெளியே வரும்போது நம்மை அதிர்ந்து கத்தகூட வைக்கும்.

அக்காலங்களில் அவர் மனிதர்களை கவனித்ததே கிடையாது. நாய்க் குட்டிகளை மட்டுமல்ல, காக்கைகளையும் கன்றுகளையும் கூட அவர் நேசித்தார். அவைகளுக்கான தீனியை நறுக்கிக் கொடுப்பார். காக்கைகள் வாலாட்டி ரசித்து கொத்திக் கொத்தித் தின்னும். நாய்க் குட்டிகள் அவர் மடியில் ஓடி விளையாடும். சில குறும்புக் காக்கைகள் தோளில் ஏறி கோட்டின் திறந்த பாக்கெட்டின் உள்ளுக்குள் எச்சமிடும், அவருக்கான அன்பின் பரிசு போல. அவர் எப்படி இந்த உணவுகளையெல்லாம் சேகரிக்கிறார் என்பது யாருக்கும் தெரியாது.

தன் தோள் துணி மூட்டையிலிருந்து எதையோ எடுத்து வயல் நடுவே உட்கார்ந்தபடி மிகுந்த நம்பிக்கையோடு கைத்தட்டிக் கூப்பிடுகிறார்.

வா... வா... வா...

வா... வா... வா...

பிரிட்டிஷ்காரர்கள் நாடாண்ட காலத்தில் அசைனார்க்கா மிலிட்டரியில் சேர்ந்தார். மிலிட்டரியில் இருக்கும்போது ஒரு பனிக் காலத்தில்தான் அவருக்கு மனநிலை பிழன்றது. நள்ளிரவில் அவர் கேம்பிலிருந்த ஒரு குதிரையையும் கூட்டிக் கொண்டு வெளியேறினார். அவர் எவ்வளவு தூரம் நடந்திருப்பார்!

அதன் பிறகான ஏதோ ஒரு நள்ளிரவில் அந்த அழைப்பை நாங்கள் கேட்டோம்.

வா... வா... வா...

வா... வா... வா...

அசைனார்க்கா ஒரு குதிரையுடன் வந்திருக்கிறார் என்ற செய்தி வெயில் போல கிராமம் முழுக்கப் பரவியது.

நாட்கள் கடந்தன. குதிரை மெலியத் தொடங்கியது. அதற்கு ஊட்டமான உணவில்லை. அது வாழத் தகுந்த நிலப்பரப்பில்லை. ஆனாலும் குதிரை அசைனார்க்காவோடு சேர்ந்தே எங்கும் நடந்தது. அவர் குதிரையிடம் என்னென்னவோ பேசினார். அதை எண்ணெய் தடவி மசாஜ் செய்தார். வாய்க்கால் தண்ணீரில் நிறுத்தி குளிக்க வைத்தார். எப்போதாவது கொள்ளு அவித்து சாப்பிடக் கொடுத்தார்.

வெள்ளைக்காரன் சும்மா விடுவானா?

யாராலும் யூகிக்க முடியாத ஒருநாளில் மிலிட்டரிக்காரர்கள் வந்தார்கள். பைத்தியம் எனக் கருதி அசைனார்க்காவை விட்டுவிட்டு, குதிரையை மட்டும் பிடித்துக் கொண்டு போக முயன்றார்கள். ஆனால் அது போகவேயில்லை. கடைசியில் குதிரையின் பொருட்டு அசைனார்க்காவையும் கூட்டிக் கொண்டு போகும்படி ஆனது.

அதன்பின் பல பனிக்காலங்கள் கடந்து சென்றன. அசைனார்க்கா மனபிழற்வுடனும் சமநிலையுடனும் மாறி மாறி வாழத் தொடங்கியிருந்தார்.

விடியலில் ஊன்றுகோல் சப்தம் கேட்டுத்தான் பனிக்காலம் முடிவதே எங்களுக்குத் தெரிய வரும். மனநிலை சரியானவுடன் அவர் நாய்குட்டிகளைப் புறந்தள்ளி விடுவார். அதற்குள் அவை ஏறக்குறைய வளர்ந்திருக்கும். அதன்பின் காக்கைகள் அசைனார்க்காவின் சுற்று வட்டாரத்திற்குள்ளேயே வராது.

'அசைனார்க்காவிற்கு மனநிலை சரியாடுச்சு' என்று அவர் கைத்தடி சப்தம் கேட்டே நாங்கள் சொல்லி விடுவோம்.

பனிக்காலம் முடிந்து விட்டதென்றும் சிலர் காலத்தை கணிப்பார்கள்.

அதிகாலையில் வாசல் கதவு திறந்து வெளியே பார்க்கும் ஏதோ ஒரு வீட்டுக்காரன் திகைத்து விடுவான்.

வாசலில் அசைனார்க்கா!

பூ விழுந்த கண்களுடன் முரட்டு சப்தமெழுப்பி நிமிர்ந்த நெஞ்சோடும் ஒரு ஆஜானுபாகுவான ஆளாய் நின்று கேட்பார்,

''எங்கே என் நெய்ச்சோறு?''

அப்போதுதான் அவன் யோசிப்பான், பனிக் காலத்தில் இறந்து போன தன் குடும்பத்தலைவன், குடும்பத்தலைவி, மகன், மகள், குழந்தை என... ஒவ்வொருவராய்.

நெய்ச்சோறும் கறிக்குழம்பும் சாப்பிடாமல் அசைனார்க்கா வீட்டு வாசலிலிருந்து போகமாட்டார். மரணத்தின் மாமிசம் கலந்த சோற்றுக்கு எப்போதும் போல உரிமை கொண்டாடி, மிரட்டி வாங்கித் தின்று விட்டுத்தான் போவார்.

அவரை யார் கேள்வி கேட்டுவிட முடியும்? மரணம் போலவே தவிர்க்க முடியாத ஒன்றாயிருந்தது அவர் இருப்பு.

எப்போதாவது மிக அபூர்வமான சில தருணங்களில் அசைனார்க்கா பிரியமான தாத்தாவாகவும் உருவெடுப்பார். என் சின்ன வயதில் ஒருமுறை நான் இந்தத் தாத்தாவிடம் அந்த சந்தேகத்தைக் கேட்டிருக்கிறேன்.

"அசைனார் தாத்தா, பனிக் காலங்களில் இவ்வளவு நாய்க் குட்டிகள் உங்களுக்கு எங்கேயிருந்து கிடைக்கின்றன?"

"அது பனியிலிருந்து இறங்கி வருதுடா பையா"

"அதுக்கான சாப்பாடு"

"அதையும் அப்பனியே தரும்"

அதன்பின் அவரிடம் என்ன கேட்க!

"சரி, குதிரைக்குக் கொள்ளு எங்கயிருந்து கெடக்குது தாத்தா?"

"அது உன் அப்பாவோட அப்பாவோட அப்பாவோட அப்பா தந்தார். அவர் கொள்ளு வியாபாரம் செய்திட்டிருந்தார்"

"நூற்றாண்டுகளுக்கு முன்னால செத்துப் போன என் தாத்தாவா?"

"ஆமாம்... நான் பனிக்கூட்டத்தில் அவரைப் பார்த்தேன். 'சௌக்கியமா?' என்று கேட்டேன்"

இறந்து போனவர்களைப் பார்த்த நியாபகத்திலிருந்து எப்போதாவது அசைனார்க்கா பேசுவது அமானுஷ்யமாயிருக்கும். சில நேரங்களில் எழும் கேள்விகளுக்கு எந்த பதிலும் வராது. முகத்தைத் தூக்கி வைத்துக் கொண்டோ, கேட்டது காதில் விழாதது போலவோ போய் விடுவார்.

ஒரு நாள் தனியாய் எதையோ நினைத்தபடி உட்கார்ந்திருந்த அவரிடம் கேட்டேன்.

"அசைனார் தாத்தா, என் தாத்தா எப்படி செத்தார்னு சொல்லுங்க"

என் அப்பாவின் அப்பா, அப்பாவிற்கு ஒன்றரை வயசாகும் போது தொழுநோய் முற்றி இறந்து போனார். சில மர்மங்கள்

சிஹாபுதின் பொய்த்தும்கடவு 29

அம்மரணத்தைச் சுற்றியிருந்தது. அன்பான மனிதனாக இருந்தாராம் என் தாத்தா. பாம்பிருந்தி என்ற இடத்தில் குடியேறி வசித்தவரின் வம்சத்தில் வந்த ஆள். பணக்காரக் குடும்பம். அந்தக் குடும்பத்தின் ஒரே வாரிசு அவர். கண்ணுக்கெட்டாத தூரம்வரை விளைநிலம்.

விவசாயத்தை உயிரென கவனிக்க வேண்டிய தாத்தாவின் கவனம் அதில் குவியவில்லை. வாழ்வின் லகரியில் நீந்தி சாப்பாடு தூக்கமின்றி எப்போதும் பாட்டுகட்டிப் பாடி, குதூகலித்து எதிரிலிருப்பவர்களை சவாலுக்கு அழைத்தார். மூங்கில் மாடத்திலிருந்து தாத்தாவின் இளமை, காவியத்தின் பலத்தில் திமிறிக் கொண்டிருந்தது.

எசலோட பாடி நடக்கும் வம்பா
மகசரவு கண்டே வம்பா
மக்கத்து பீவியின் மகளை நிக்காஹ் செய்ய
படைகட்டப் போகவேண்டாம் வம்பா...

எப்போதும் எதிரியின் பலவீனத்தை நோக்கியேயிருந்தது அவரின் கூரிய அம்பு. தோற்கடித்து, மண்ணைக் கவ்வ வைத்து, மூங்கில் மாடத்திலிருந்து தன் பாட்டாலேயே எல்லோரையும் ஓட ஓட விரட்டினார் தாத்தா. தாத்தாவின் கவித்துவத்தை மண்டியிட வைக்க, எங்கெங்கிருந்தோ மிகப்பெரிய ஜாம்பவான்களை எல்லாம் ஏராளமான பணம் கொடுத்து வரவழைத்தார்கள். வந்தவர்களெல்லாம் தோல்வியின் பதுங்கு குழியில் மறைந்தார்கள். திறமைசாலிகள் பணத்தை சம்பாதிக்கலாம். ஆனால் ஒருபோதும் பணத்தால் ஒரு கலைஞனை உருவாக்கிவிட முடியாதுதானே.

''உன் தாத்தா எப்படி சொத்தார்னு தானே கேக்கற? அடுத்த பனிக்காலம் வரட்டும். நான் கேட்டு சொல்றேன்''

எனக்குக் கேட்க எப்படியோ விட்டு போனது. அவராகச் சொல்லவுமில்லை.

வருடங்கள் மழை போல சடசடத்துக் கடந்து போயின. வாழ்வின் பொருள் தேடும் அலைச்சலில் வயலிருக்கும் நிலப்பரப்பிலிருந்து நான் தனிமைப்படுத்தப்பட்டு வெகுதூரம் வந்துவிட்டேன். என் நியாபகத்தில் எப்போதாவது சில்லிடும் பனிக்காலமும் நாய்க்குட்டிகள் சூழ்ந்த அசைனார்க்காவும் வந்து போவார்கள்.

கடைசியாக நான் எப்போது அவரைப் பார்த்தேன்?

குஞ்னு முகம்மதின் அப்பா இறந்து நாற்பதாம் நாள் காரியத்தில்தான் பல வருடங்களுக்குப் பின் அவரைப் பார்க்கிறேன். நெய்ச்சோற்றை ஆவலோடு அள்ளி அள்ளித் தின்னும் அதே அசைனார்க்கா. பரிமாறுபவன் தன் கை சோர்ந்து போகும் வரை கறித் துண்டுகளை வாரி அவர் இலையில் கொட்டுகிறான். எதையும் அவர் வேண்டாம் எனச் சொல்லவில்லை. மரணத்தின் தீராத பசி போல அவர் வாரி வாரித் தின்று கொண்டிருந்தார். இடையே மனிதர்களை தன் உளி போன்ற கண்களால் ஊடுருவுகிறார். சாப்பிட்டு முடித்து குச்சியால் பல் குத்திக் கொண்டிருந்த அவரின் கண்களை ஒருமுறை நான் கூர்ந்து பார்த்தேன்.

''பையா உன் தாத்தா எப்படி செத்தார்னு உனக்குத் தெரிய வேணாமா?'' அவரது கண்கள் இப்படி கேட்பதாய் எனக்குத் தோன்றியது.

''எதுக்கு உனக்குத் தெரியணும்?''

''மறுபடியும் அவரைக் கொல்லவா?''

''எதுக்கு?''

இக் கேள்விகளை எதிர்கொள்ள எனக்கு சக்தியில்லை. எப்போதாவது ஊருக்கு வரும் அதிகாலையில் நாய்க் குட்டிகளோடு வயலின் நடுவே தீக்காயும் பைத்தியமான அசைனார்க்காவை நான் பார்த்திருக்கிறேன்.

சரளைக் கற்களில் அவர் கைத்தடி எழுப்பும் விசாரணைகளைக் கேட்டிருக்கிறேன்.

டப்... டப்... டப்...

அவ்வளவுதான் எனக்கும் அசைனார்க்காவுக்குமான தொடர்பு.

விடுமுறை முடிந்து ஊருக்குத் திரும்பும் சமயத்தில்தான் அம்மரணச் செய்தியைக் கேள்விப்பட்டேன்.

நேற்றிரவு அசைனார்க்கா இறந்து போனார்.

நான் நினைவுகளில் தேடினேன். சரிதான். இன்று விடியலில் காலத்தின் கைத்தடி ஓசைத் துல்லியமாய் எனக்குக் கேட்டதே.

இனியும் கேட்கலாம்.

இது ஆச்சரியம் என்றல்லாமல் வேறு என்ன? அசைனார்க்காவின் நாற்பதாம் நாள் காரியத்திற்கும் நான் இங்கிருக்கிறேன். எனக்கு அப்படி விதித்திருந்தது.

வாசலில் விரித்துப் போட்ட துணிப் பந்தல். ஓடியாடி வேலை செய்யும் உறவுகள். நெய்ச்சோறும் கறிக்குழம்பும் பரிமாறப்படுகிறது. யாராலும் சரியாக சாப்பிட முடியவில்லை. எல்லாரும் திரும்பித் திரும்பிப் பார்த்துக் கொண்டிருந்தார்கள். நாற்பதாம் நாள் சோறு தின்ன ஏன் அசைனார்க்கா வரவில்லை?

இது பனிக் காலமில்லையே...

மீதியான கறிச்சோற்றின் கணக்கு கேட்க ஒருவேள்ளை அவர் வரக்கூடும்..

எங்கள் ஊர் அதன் வாசலின் கதவைத் திறக்கும் போதெல்லாம் எதிர்பார்க்கிறது.

நிமிர்ந்த தலை. பூ விழுந்த கூர்மையான கண்கள். கருத்த முகத்தில் வெள்ளை ரோமங்கள் அடர்ந்த ஒரு பெருவீரனை.

மீண்டும் பனிக்காலம் வராமல் போகாது.

ரெட்டைப்படிகள்

நகரத்தின் மத்தியிலிருக்கும் இந்த மிகப் பெரிய கட்டிடத்தில்தான் நான் வேலை பார்க்கிறேன். பிரதான கட்டிடத்தை அணைத்தவாறு இரு பக்கங்களிலும் படிக்கட்டுகள் இருந்தன. அதன் நடுவில் தன் இயக்கத்தை எப்போதோ நிறுத்தியிருந்த ஒரு கறுத்த லிஃப்ட் அழுக்கடைந்திருந்தது. ஒவ்வொருமுறை மேலே ஏறும்போதும் மிக ஆரோக்கியமானவர்களுக்கும்கூட மூச்சிரைக்கும். காலில் ஊனமான என்னைப் பற்றி சொல்லவே வேண்டியதில்லை.

மூன்றாம் மாடியிலிருக்கும் வாடகை அறையில்தான் என் அலுவலகம் இயங்குகிறது. இங்கு வேலைக்குச் சேர்ந்த சில நாட்களிலேயே இந்தக் கதைக்கான அந்த சம்பவம் நடந்தது.

மந்தமானதொரு மதிய வேளையில் சாப்பிடுவதற்காகக் கீழே இறங்கிக் கொண்டிருந்தேன். எதேச்சையாகத் திரும்பும்போது மறுபக்கத்திலிருந்து அவர் மேலே ஏறி வருவதைக் கவனித்தேன். தினம்தினம் எவ்வளவோ பேர் இப்படி ஏறவும் இறங்கவும்தான் செய்கிறார்கள். ஆனால் இவர் மட்டும் என் கவனிப்பைக் கோருவதற்கான பிரத்யேகக் காரணமிருந்தது. அவரும் என்னைப் போலவே ஊனமுற்றிருந்தார். அவருக்கு வலதுகாலில் பிரச்சனை. ஒரு முடவனுக்கு இன்னொரு முடவனைப் பார்க்கும்போது ஒரு

சந்தோஷம் தோன்றி உடன் அது மிகப்பெரிய வேதனையையும் தருகிறது. அதெப்படி என்று தெரிய வேண்டுமானால் உங்கள் காலும் ஊனமுற்றிருக்கவேண்டும்.

சாப்பிட்டு முடித்து நான் இடதுபக்கமாக மேலே ஏறும்போது, அதோ அவர் வலது பக்கமாகக் கீழே இறங்குகிறார். மிகவும் சாதாரணமான பார்வை என்று மற்றவர்களுக்குத் தோன்றினாலும் அது என்னை லேசாகச் சுண்டியிழுத்தது. ஒரு ஆள் விந்தி விந்தி ஏறும்போது மற்றொரு ஆள் விந்தி விந்தி இறங்குகிறான். அன்று மாலை அலுவலகம் முடிந்து நான் இறங்கும் போதும் அவர் ஏறிக் கொண்டிருக்கிறார்.

மறுநாள் காலையும் மதியமும் அதுவே தொடர்ந்தது. மாலையில் வேலை முடிந்து நான் கீழே இறங்கும்போது அதோ அவர் மிகுந்த சிரமத்திற்கிடையில் மேலே ஏறுகிறார். நான் அவரை மிக கவனமாய் பார்த்தேன். அவருக்கு எதையோ மறைத்து வைக்க முயல்வது போன்ற முகம்.

ஒவ்வொரு நாளும் இதுவே தொடரத் தொடர நான் இயல்பற்றவனானேன். ஒருநாள் நான் வழக்கமாக இறங்கும் படிகளை விட்டுவிட்டு எதிர் திசையில் இறங்குகிறேன். அதோ அப்போதும் அவர் எனக்கு மறுதிசையிலிருந்து ஏறி வந்து கொண்டிருக்கிறார். நான் நின்றேன். அவரும் நிற்கிறார். முகத்தில் மட்டும் அந்தத் திருட்டு பார்வை அப்படியே படிந்திருக்கிறது. நிஜமாகவே அவர் நொண்டிதானா? யாருக்குத் தெரியும்? எப்போதும் நாங்கள் இரண்டாம் தளத்தில்தான் சந்தித்துக் கொள்கிறோம். நினைவுகளை அடைத்துக் கொண்டு நிற்கும் இந்த மனிதனின் முகமும், காலும் என் அன்றாட அலுவலகப் பணியை ஒட்டு மொத்தமாகச் சிதைத்தது.

அன்றிரவு உணவிற்குப் பிறகு ஒரு சிகரெட்டைப் புகைத்து முடித்த பிறகான ஆசுவாசத்தில் கட்டிலில் சாய்ந்து படுத்தபடி இதை என் மனைவியிடம் சொன்னேன்.

"இதிலென்ன இருக்கு? உங்களைப் போல வேறெரு ஆள் இருக்கவே கூடாதா என்ன? நீங்க அனாவசியமா அவரையே கவனிச்சிட்டு இருக்கீங்க, அதான் பிரச்சனையே''

"ஆனா... ஆனா... என்னால அப்பிடி இருக்க முடியல... எங்கயோ பிரச்சனையிருக்கு. அவரோட பார்வை எப்பவும் எதையோ மறைக்கறது போலவேயிருக்கு''

"நீங்க அந்த விளக்கை அணைச்சுட்டுப் படுங்க'' மனைவி சலிப்புடன் சொன்னாள்.

விளக்கை அணைத்த பிறகும் என் மனதிலிருந்து அந்த இரண்டு படிகளும் அகலவில்லை. ஒன்றிலிருந்து நான் இறங்குகிறேன். மற்றொன்றிலிருந்து அவர் ஏறுகிறார். அவருக்கு வலதுகாலில் பிரச்சனை. எனக்கோ இடது காலில் பிரச்சனை. நான் இறங்குகிறேன். அவர் ஏறுகிறார். நான் ஏறுகிறேன். அவர் இறங்குகிறார். முற்றிலும் அனாவசியமெனத் தோன்றினாலும் இந்த நினைவுச் சங்கலி தொடர்ந்து கண்ணிகளைச் சேர்த்தபடி போய்க் கொண்டேயிருக்கின்றன. என் நாட்கள் இந்த சங்கிலிகளால் பிணைந்து கிடக்கின்றன. வெற்றுச் சங்கிலிகள்.

என்ன ஆனாலும் இதற்கு ஒரு முடிவு கட்ட வேண்டும். ஆனால் என்ன செய்யப் போகிறேன். தெரியவில்லை, என்னிடம் பதில் இல்லை.

அவரும், அவருடைய ஊனமும், அந்த ஏற்ற இறக்கங்களும் என்னை மிகவும் பாதித்திருக்கின்றன. பரிகாசமோ, வேதனையோ, புத்தி சாதுர்யமோ ஏதோ ஒன்றை அவர் எனக்குக் கடத்திக் கொண்டேயிருக்கிறார்.

மூன்றாம் தளத்தில் ஒரு ப்ளேடு கம்பெனி இருக்கிறது. பக்கத்தில் ஒரு சேட்டு நடத்தும் ஃபைனான்ஸியல் எண்டர்பிரைசஸ். அங்கே பணம் வாங்கவும் கொடுக்கவுமான கூட்டம் எப்போதுமிருக்கும். அந்த மனிதன் ஒருவேளை அந்த அறைக்குப் போகலாம்.

சேட்டின் பணப்புழக்கத்தின் நடுவில் இப்படி ஒரு ஆளை விசாரிப்பதில் எந்த அர்த்தமுமில்லை. அதனால் அந்த எண்ணத்தை அப்படியே கைவிட்டேன். இவர் எதற்காக வருகிறார்? யாரைப் பார்க்கிறார்? எந்த அறைக்குப் போகிறார்? இப்படியான கேள்விகள் என் சின்ன மூளைக்குள் சிதறிக் கிடந்தன. ஒருவேளை இந்தக் கட்டிடத்தின் ஏதோ ஒரு மூலையில் வேறொரு ஷிஃப்டில் வேலை பார்க்கலாம். அங்கு எனக்கு மாற்றான ஒரு அலுவலக நேரத்தை அவர்கள் வைத்திருக்கலாம். ஆனால் இல்லை... அப்படியில்லாத நேரங்களிலும் இப்படியான ஏற்ற இறக்கங்களைப் பார்க்கிறேன். இதையெல்லாம் யாரிடமும் சொல்ல முடியவில்லை. மனிதன் தனிமைப்பட்டு தன்னுள் சுருக்கிப் போகும் நேரமிது.

இதனிடையில் எனக்கு இன்னுமொரு யோசனையும் தோன்றியது. அவரை அறிமுகப்படுத்திக் கொண்டால் என்ன? ஒருவேளை அறிமுகமேற்பட்டால் எனக்குள் மந்தாரமிட்டிருக்கும் கார்மேகங்கள் தெளிந்து விடலாம். முதலில் சிரித்துப் பார்க்கலாம். பிறகு மெல்ல தலையசைத்துப் பார்க்கலாம். பிறகு கையசைக்கலாம். ‘இப்பதான் வரீங்களா? இல்ல போறீங்களா?’ என்பது மாதிரியான கேள்விகளைக் கேட்கலாம். அறிமுகப்படுத்திக் கொள்ள இதெல்லாம் ஒரு வழிதானே. மட்டுமல்லாமல் நாங்கள்தான் கொஞ்ச நாட்களாகத் தொடர்ந்துப் பார்த்துக் கொண்டிருக்கிறோமே. இதனால் பகைமையோடு பார்ப்பதைக்கூட விட்டுவிடலாம்.

ஆனால் அதற்காக நான் எடுத்துக் கொண்ட சிரமங்கள் முதலிலேயே தோற்றுப் போயின. மதியம் சாப்பிட கீழே இறங்கி வரும்போது அவர் ஏறி வருகிறார். நான் வலிய வரவழைத்துக் கொண்ட புன்சிரிப்போடு அவரை எதிர்கொண்டேன். எந்த எதிர்வினையுமின்றி அவர் படியேறினார். ஒருவேளை அது அவருடைய இயல்பாகக்கூட இருக்கலாம். அறிமுகப்படுத்திக் கொள்ள வேண்டும் என்று முடிவெடுத்த பிறகு இதையெல்லாம் சகித்துக் கொள்ளவேண்டும்.

அடுத்தமுறை அவரை எதிர் திசையில் சந்தித்தபோது 'வரட்டுமா' என்ற அர்த்தத்தில் தலையசைத்தேன். உண்மையைச் சொல்லப் போனால் என் தலை அப்போது மிகவும் பாரமாக இருந்தது. அவரோ சில நொடிகள் முறைத்துப் பார்த்ததல்லாமல் வேறெந்த முக மாற்றத்தையும் வெளிப்படுத்தவில்லை. இனி என்னால் இப்படி அவமானப்பட முடியாது என்பதால் அதோடு அந்த முயற்சியைக் கைவிட்டேன்.

என் மனக் கலக்கம் மிக அதிகமாகவும் பிறகது அப்படியே அமைதியாகப் பிசுபிசுத்தும் போனது. இது எதேச்சையாக நிகழ்கிறது என்று விட்டுவிடலாம். ஆனால் அன்றாட நிகழ்வுகளில் ஊசலாட்ட மனநிலையிலிருக்கும் ஒரு சாதாரண மனிதனாக இருப்பதாலோ என்னவோ என்னால் அப்படி விடமுடியவில்லை. அதற்கான முயற்சிகள் மனவேதனையை அதிகமாக்கியதேயல்லாமல் குறைக்கவேயில்லை.

சில விஷயங்களை அதன் போக்கில் விடுவதே சரி. மனதால் பொருந்திப் போகும் மனிதர்களின் தோட்டம்தான் இந்த உலகம். எங்கே போகப் போகிறீர்கள் என்பதில்தான் குழப்பமேயிருக்கிறது. மற்றவர்கள் எங்கு போகிறார்கள் என்று மட்டுமே யோசிப்பது புத்திசாலித்தனமல்ல. அது போலவே யார் எதிரில் தென்படுகிறார்கள் என்று பார்ப்பதும் நிம்மதி இழப்பிற்கான வேர்தான். இப்படி எனக்குள் முடிவெடுத்தபின் நான் அவர் நினைவுகளேயில்லாமல் நாட்களை எதிர்கொள்ளப் பழகியிருந்தேன்.

நீண்ட விடுமுறைக்குப் பின் நான் அலுவலகத்திற்குப் போனேன். வயலும் வரப்பும் இருபக்கமும் பச்சை போர்த்தியிருக்கும் செம்மண் பாதையிலிருந்து தார் சாலைக்குத் திரும்பும்போது... திரும்பும் போது... அதோ அவர் என் வீட்டிற்குப் போய்க்கொண்டிருக்கிறார். நான் அவரைக் கவனிக்கிறேன் என்று அவருக்கு உணர்த்தியதோடு மொத்தமாக அவரைப் புறக்கணிக்கவும் செய்தேன். ஆனாலும் என்

பதட்டம் அடங்கவேயில்லை. பலமுறை இதுவே தொடர்ந்த பின் எனக்கு ஏறக்குறைய எல்லாம் புரிய ஆரம்பித்தது. சகிக்க முடியாமல் மனைவியுடன் ஒரு நாள் இரவு மிக மோசமாக சண்டை போட்டேன். பதிலுக்கு அவளும் கத்தினாள்.

"உங்களுக்குப் பைத்தியம்தான் பிடிச்சிருக்கு. முழு பைத்தியம். மத்தவங்களப் போல உங்களால வாழ முடியலன்னா அதுக்கு நான் என்ன செய்ய முடியும்? இதிலே எங்கிட்ட என்ன தப்பு இருக்கு?"

தடித்த வார்த்தைகளின் முடிவில் நிறைய நாட்களாய் அடக்கி வைத்திருந்த களங்கமற்ற அழுகை அவளுக்கு வெடித்துக் கொண்டு வெளி வந்தது. எனக்குள் அது மிகவும் குற்றவுணர்வைத் தூண்டியது. ஆனாலும் மனதின் மூலையில் ரெட்டைப் படிகளின் ஏற்ற இறக்கங்களும், அதன் செருப்படி சத்தங்களும் மறையவேயில்லை. ஒரு முடவனின் இயலாமை என்று மட்டும் இதை நீங்கள் அர்த்தப்படுத்திக் கொள்ளக் கூடாது. என்னால் இதை சகித்துக் கொள்ளவே முடியாது.

சரியாகச் சொல்வதானால் அவருடைய ஊனத்தை விட, மாடிப்படி ஏற்ற இறக்கத்தை விட, மோசமாக, எதையோ மறைத்து வைக்க முயற்சிக்கும் அவருடைய பார்வைதான் என்னை இன்றளவும் இம்சித்துக் கொண்டிருந்தது. நான் பலமுறை அவரைப் பார்க்காமலிருக்க முயன்றேன். இரண்டாம் தளத்திலிருந்து மூன்றாம் தளத்திற்கு மெல்ல மெல்ல நான் ஏறிப் போகும்போது ஒருநாள் பாதியில் நின்றேன். சட்டெனத் திரும்பிப் பார்த்தபோது அவரும் கண்ணாடியில் பார்ப்பது போல என்னை எட்டிப் பார்க்கிறார்.

இதற்கொரு முடிவு கட்டாமல் விடவே முடியாது. இதை முடிவுக்குக் கொண்டுவர ஏதாவது செய்தேயாக வேண்டும்.

ஒருநாள் என் அலுவலக நேரம் முடிந்த பின்னும் நான் மட்டும் வேலை பார்த்துக் கொண்டிருந்தேன். வெளியில் இருட்டத்

தொடங்கியிருந்தது. சுற்றிலும் விளக்குகளின் வெளிச்சம் இருந்தாலும் அவை எனக்கு மங்கலாகவே தெரிந்தன. அது ஒரு ஞாயிற்றுக்கிழமையும் கூட. அதனால் மொத்தக் கட்டிடமும் நிசப்தமாயிருந்தது. இதுதான் நல்ல சமயம் என முடிவு செய்தபிறகுதான் நான் படியிறங்கினேன். மூன்றாம் தளத்திலிருந்து என் வலதுகால் மாடிப்படியை மிதிக்கிறது. நான் காதுகளை விடைத்துக் கூர்மையாக்கினேன். ஏதாவது சத்தம் கேட்கிறதா? இல்லை... பரிபூரண நிசப்தம். நடுநடுவே கட்டிடத்தின் முன் பகுதியிலிருந்து சிறகடிக்கும் சத்தம் மட்டும் கேட்டது. நான் என் ஊனமுற்ற காலை இரண்டாம் படியில் வைத்தேன். அதோ ஏதோ ஒரு தளத்திலிருந்து சத்தம் கேட்கிறது... நான் என் வலது காலை அடுத்த படியில் வைத்தேன்... நிசப்தம்... இடது காலை வைக்கிறேன்... அதே சத்தம்... மாடிப்படி இறங்கிக் கொண்டிருக்கும்போது எனக்கொரு விஷயம் புரிகிறது. பெருந்தச்சனின் விளையாட்டு பொம்மை போல அவர் மாடியேறி வந்து கொண்டிருக்கிறார்.

இன்று இதற்கு ஒரு முடிவு கட்டியாக வேண்டும். இரண்டில் ஒன்று தெரிந்தேயாக வேண்டும். முடிவுக்கு வரவில்லையானாலும் இத்தனை நாட்களாக என்னை ஏன் இப்படி இம்சிக்கிறாய் என்றாவது கேட்க வேண்டும்.

இரண்டாம் தளத்தில் நான் அவரைப் பார்த்தேன். காட்டில் உலவுவது போன்ற மர்மமான கண்கள். ஒருபோதும் சிரிப்பறியாத உதடுகள். அலைந்து திரியும் முடி. சோர்ந்த முகம். இந்தப் பக்கத்துப் படியிலிருந்து அவர் ஏறி வரும் படிகளைக் கிட்டத்தட்ட நான் ஓடியே அடைந்தேன். அந்தப் படிகளில் நாங்களிருவரும் கேள்விக் குறிகளைப் போல எதிரெதிரே சந்தித்துக் கொண்டோம். நிசப்தமும் நீண்டதுமான அந்தப் படிகளில், மூச்சு வாங்கியபடி சருகுகளினூடாக இழைந்து போகும் மலைப்பாம்புகள் போல நாங்கள் இருவரும் நின்றிருந்தோம். ஏதேதோ யோசித்தபடி நான் கேட்டேன்.

''சொல்லுங்க. நீங்க உங்க மனசில என்ன நெனச்சிட்டிருக்கீங்கன்னு எனக்கு இப்பவே தெரிஞ்சாகணும். எதுக்காக இதெல்லாம்...?''

அவரும் அதே கேள்வியைத்தான் என்னிடம் கேட்பதற்காக வைத்திருக்கிறார் என்று தெரிந்ததும் நான் மிகவும் சுருங்கிப் போனேன். நீண்ட மௌனத்திற்குப்பின் அவர் பேசினார்.

''நீங்க எதுக்காக என்னோட அமைதியைக் கெடுக்கறீங்க? நான் உங்களுக்கு என்ன தப்பு செஞ்சிட்டேன்? என் மனைவியை ஏன் தொந்தரவு பண்றீங்க? என் பிள்ளைகளுக்கு எப்போதும் சாக்லேட் வாங்கிக் கொடுக்க நீங்க யாரு? ரொம்ப நாளாவே இதை நான் சகிச்சிட்டுதானிருக்கேன். ஒரு முடவனைப் போல நடித்து என் ஊனத்தைப் பரிகசிக்கிறீங்க. என் அலுவலக நேரத்தையே கிண்டலாக்கிட்டீங்க''

ஒரு குற்றப்பத்திரிகை வாசிப்பது போல கேள்விகளின் நீண்ட பட்டியலை என்முன் அவர் வைக்கிறார்.

எதற்கென்று தெரியாமல் என் தலை கீழே குனிகிறது.

இந்த இரண்டாம் தளத்தின் எல்லா அறைகளும் பயங்கரத்தை உள்ளிருத்தி அடைந்து கிடப்பதாகவும், அந்த சகிக்க முடியாத அமைதி என்னை பயங்கொள்ள வைப்பதாகவும் நான் உணர்கிறேன். படிகளினூடாக வராந்தாவில் போய்த் திரும்பிய அவரின் கேள்விகள் முனை தீட்டப்பட்ட கத்திகளாய் என்னை நோக்கி வந்து கொண்டிருந்தன. மன்னிப்பு கோராமல், அவர் முன்னாலிருந்து அசையக்கூட முடியாது என்று எனக்குத் தோன்றியது.

எனக்கு வீட்டுக்குப் போக வேண்டும், சாப்பிட வேண்டும், பிள்ளைகளைப் பார்க்க வேண்டும். படுக்கையில் என் ஊனமான காலை எடுத்து வைத்துக்கொண்டு சாய்ந்து கொள்ள வேண்டும்.

''நண்பரே, மன்னிச்சிடுங்க. உங்கள நான் தப்பாப் புரிஞ்சுகிட்டேன், தொடர்ந்து பல தவறுகளச் செஞ்சிட்டேன், அனாவசியமா உங்கள

இம்ச பண்ணிட்டேன். இதுக்காக என்ன பிராயச்சித்தம் வேணும்னாலும் செய்யத் தயாரா இருக்கேன். என்னை மன்னிச்சிடுங்க''

சொல்லிக்கொண்டே அவர் முன்னால் கைகூப்பி தலை குனிந்து நின்றேன். இப்போது மௌனம் மட்டுமே. பரிபூர்ண மௌனம். நிசப்தத்தின் மிருதுவான அணிகலன் அணிந்து நிற்கிறேன். இரண்டாம் மாடியிலிருந்து யாரோ போகிறார்கள்... அவரே தான்... அவரே...

நிலா வெளிச்சத்தில் வீட்டிற்குப் போகும் பேருந்திற்காய் நான் காத்திருக்கிறேன். கடைசி பஸ்ஸூம் போயிருக்குமோ?

பலி மிருகம்

நான் நேற்றுதான் ஒரு கசாப்புக் கடையை விலைக்கு வாங்கினேன். அதற்காக நான் அலைந்ததும் செலவழித்ததும் மிக அதிகம்.

கறிக்கடைக்காரன் வீட்டிற்கு அவரை விசாரித்துப் போனபோது அவருடைய மிகப் பழமையான வீட்டு வாசலில் வீசிய துர்நாற்றத்தைச் சகித்துக்கொண்டு காத்து கிடந்ததை எப்போதும் மறக்க முடியாது.

அவர் வசித்த குக்கிராமம் வயல்வரப்புகளும், சிறு குன்றுகளும், காடும் கடந்திருந்தது. பல இரவுகளில் அவர் வீட்டை விசாரித்து நான் அக்கிராமத்திற்குப் போயிருக்கிறேன். இரவு தூங்குவதற்காகவாவது அவர் வீட்டிற்கு வரக்கூடும் என்ற என் நம்பிக்கை பலமுறை பொய்த்துப் போனது.

பல அமாவாசை இரவுகளில் அவரைத் தேடிப் போயிருக்கிறேன். என்னுடன் யாரும் துணைக்கில்லை. எல்லோருமாக சேர்ந்து என்னைக் கைவிட்ட நாட்களது. ஒரே ஒரு ஓலைத் தீப்பந்தம்தான் எனக்குத் துணை. அதற்கும்கூட என்மீது பரிதாபம் வரவில்லை. காட்டிற்கும் பள்ளத்திற்குமிடையே பலமுறை அது அணைந்து போகும்.

நான் தேடிப்போன நாட்கள் மழைக்காலமென்பதால் சின்ன சின்ன பூச்சிகள் ஊசி போலக் குத்தின. வயல் நடுவிலிருந்து வந்த தவளைகளின் சப்தம் பெரும் பூதங்களின், சைத்தான்களின் கதைகளை உரக்கச் சொன்னபடியிருந்தன.

ஆனாலும் நான் கடைக்காரரைத் தேடி அவருடைய வீட்டிற்குப் போனேன். போகும் போதெல்லாம் அடைக்கப்பட்ட மிகப்பெரிய பழைய கதவுதான் என்னை வரவேற்றது. நிறைய நேரம் தட்டியபிறகுதான் அவருடைய மனைவி என நினைக்கும்படியான ஒரு பெண் கதவைத் திறப்பாள். அவள் அந்தப் பழைய கதவின் அசைவுக்குப் பின் நின்று ஒரு ராந்தல் விளக்கின் வெளிச்சத்தை மட்டும் திண்ணையை நோக்கிக் கசிய விடுவாள். கூடவே ஒரு அலட்சியப் பார்வையும் வரும். அந்தக் குறைந்த வெளிச்சத்தில் நான் நின்று கொண்டு, பம்மி பெரும் சங்கடத்துடன் அவளிடம் விசாரிப்பேன்.

''மொதலாளி இல்லையா?''

பதிலாக உள்ளேயிருந்து ஒரு சத்தம்கூட வராது.

கதவின் அந்தப் பக்கத்திலிருந்து தெளிவில்லாத உரையாடல்களும் கொஞ்சமும் இனிமையில்லாத வளையோசையும் மட்டுமே கேட்கும். அந்த அமைதியில் நான் மேலும் இரண்டு வார்த்தைகள் பேசுவேன்.

''காரங்காட்டு கசாப்புக் கடையை விற்பதாக கேள்விப்பட்டு வந்தேன்''

மீண்டும் மௌனம்.

''அவர் இங்க இல்ல. நீங்க அப்பறமா வாங்க''

அறைந்து சாத்தப்படும் கதவின் முன்னால் நிராசையோடு கொஞ்சநேரம் நிற்பேன். பிறகு தளர்ந்துபோன கால்களால் படியிறங்கி வருவேன்.

ஆனாலும் காரங்காட்டு கசாப்புக் கடைக்காரரைத் தேடி ஆயிரம் முறை போயிருப்பேன். என்றாவது ஒரு நாள் நான் அவரைப்

பார்த்துவிட முடியுமென நம்பினேன். என்னைத் தவிர அவர் அக்கடையை வேறு யாருக்காவது விற்றுவிடுவார் என்று நான் நினைக்கவில்லை. எனக்குத் தெரியும், கண்ணுக்குப் புலப்படாத ஏதோ ஓரிடத்தில் அவர் எனக்காகக் காத்துக் கொண்டிருக்கிறார். எங்கள் முதல் சந்திப்பின்போதே அக்கடை நிச்சயம் கைமாறும்.

ஒருவேளை, நீங்கள் என்னைக் குறை சொல்லலாம். உலகில் எத்தனையோ தொழில் இருக்கும்போது எதற்கு இத்தனை கஷ்டத்தோடு இதற்கு அலைகிறாய் என்று.

நீங்கள் என்னிடம் கேட்க நினைக்கும் இக் கேள்வியைப் பலமுறை நானே என்னிடம் கேட்டிருக்கிறேன். இந்தக் கேள்விக்கான என் பதிலைக்கோரி பிடிவாத மனதை வழிமறித்து நின்ற நேரங்கள் எவ்வளவு என்று உங்களுக்குத் தெரியுமா? இருந்தும் நான் இத்தொழிலை செய்யவே ஆசைப்படுகிறேன். இந்தக் கசாப்புக்கடையை விலைகொடுத்து வாங்க படாத பாடுபடுகிறேன். அக்கடைக்காரரைத் தேடி பஸ் ஏறி அவர் ஊருக்கு அலைகிறேன். இன்றில்லாவிட்டால் வேறொரு நாளிலாவது நான் அவரைப் பார்த்துவிடுவேன் என நம்பி நிராசையான மனதுடன் திரும்பி வருகிறேன். பயணக் களைப்பில் படுக்கையில் ஆசுவாசத்துடன் சாய்கிறேன். கூடவே அக்கேள்வி வேறு என்னை வழிமறித்து நிற்கிறது. நான் எதற்கு இந்தத் தொழிலைத் தேர்ந்தெடுக்கிறேன்? எதனால் என்னால் இதிலிருந்து பின் வாங்க முடியவில்லை.

ஒரு வழியாக எனக்கு அதற்கான பதில் தெரிந்தது. இது எனக்காக விதிக்கப்பட்டது. இதை ஒரு பொறுப்பற்றவனின் பேச்சு என்றுகூட என்னைக் குறை சொல்லலாம். இது தட்டிக் கழிப்பவனின் தந்திரமான பதில் என்று கேலி செய்யலாம். அதெல்லாம் ஒரு பொருட்டேயில்லை எனக்கு. ஒன்றே ஒன்றுதான் சொல்வதற்கிருக்கிறது. இந்த பதில் என் அதிகபட்ச முயற்சியின் பலன்தான்.

எனக்கு விதிக்கப்பட்ட பணியை நிறைவேற்றுவதற்காக காரங்காட்டு கசாப்புக் கடைக்காரரைக் கண்டு பிடித்தேயாக வேண்டும். கடையை எப்படியும் விலைக்கு வாங்கியேயாக வேண்டும்.

கடைசியாக... ஒரு நாள் எதிர்பாராத நேரத்தில் நான் அவரைக் கண்டுபிடித்து விட்டேன். ஒரு ஜன சமுத்திரத்திலிருந்து திடுக்கிடலுடன் நான் அவரை அடையாளம் கண்டு கொண்டேன். பார்த்துப் பழக்கமில்லாதிருந்தபோதிலும் நான் ஒரு காந்த வளையத்திற்குள் அகப்பட்டது போல அவரால் ஈர்க்கப்பட்டேன். கூட்டத்தில் முட்டி மோதி சந்தோஷ மூச்சிரைப்போடு நான் அவருக்குப் பக்கத்தில் போய் நின்றேன். என் கண்களிலிருந்து ஆர்வம் மேலெழுந்தது. நான் உள்ளார்ந்த எதிர்பார்ப்புடன் கேட்டேன்.

"நீங்கதானே... காரங்காட்டில மூடிக்கிடக்கும் கசாப்புக் கடையோட ஓனர்?"

அவர் என்னை உடனே புரிந்து கொண்டார். அவருடைய முரட்டுப் பார்வையில் மெல்லிய தயை படர்ந்தது.

"எங்க வீட்டுக்கு வந்து அடிக்கடி விசாரிச்சிட்டு போற ஆள் நீ தானா?"

முரட்டுக்குரலில் கொஞ்சமும் இனிமையில்லாமல் கேட்டார். நான் தலையாட்டினேன். அவரே பேசினார்.

"என்ன மனுஷன்யா நீ? உன்ன எதிர்பார்த்து, உன் ஒருத்தனை மட்டுமே எதிர்பார்த்து எத்தனை நாளா அந்தக் கடையைப் பூட்டியே வச்சிருக்கேன் தெரியுமா?"

அவருடைய ரத்தச் சிவப்பான கண்களில் கோபம் கொப்பளித்தது. பிறகது அப்படியே படிந்து நின்றது. எனக்கு ஒன்றுமே புரியாமல் திகைத்து நின்றேன்.

இதுதான் நான் கசாப்புக்கடையை விலைக்கு வாங்கிய வரலாறு. விலைக்கு வாங்கிவிட்டேன் என்ற வார்த்தைகூட அதன் பொருளில் சரியானதல்ல. அந்தக் கடைக்கு விலை கொடுக்க என்னிடம் ஒரு வெள்ளிக் காசுகூட இல்லை. இருந்தபோதிலும் அதை எனக்குத் தர அந்த ஆள் கொஞ்சமும் யோசிக்கவில்லை. ரத்தக்கறை படிந்த ஒரு கொத்துசாவியை என்னிடம் தந்தபடி சொன்னார்.

''நாளன்னிக்குக் காலைல கடையைத் தொறந்திடணும். அன்னக்கி விடியும்போது கடையில் ரத்தம் ஒழுகும் பல கறித் தொடைகள் தொங்கணும். தோல் விரித்து வைத்திருப்பதன் மேலாக பச்சை ரத்தத் துளிகளுடன் கண்கள் பிதுங்கின ஒரு ஆட்டுத் தலையை நான் பாக்கணும்''

அவர் பேச்சு நீண்டுகொண்டே போனது. அது குரூரமான இருண்ட குகையிலிருந்து வரும் எதிர்ப்பில்லாத கட்டளை போலிருந்தது. நான் அவருக்குக் கீழ்ப்படியும் காதுகளைக் கொடுத்து கவனமுடையவனானேன்.

பேசிக் கொண்டிருக்கும்போதே எதிரில் வந்த ஒரு பேருந்தில் ஏறி என் பார்வையிலிருந்து ஒரு அற்புதம் போல மறைந்து காணாமல் போனார்.

ஒரு கசாப்புக்கடையைத் திறப்பதற்கு இதைவிட வேறு என்ன செய்துவிட முடியும்? என் மனதில் நிறைய குழப்பங்கள் எழுந்தன. அதனால் முதன்முதலில் ஒரு முக்கியஸ்தரைப் போய்ப்பார்க்கத் தீர்மானத்தேன். நான் அவருடைய பங்களாவின் முற்றத்தில் பணிவாக நின்று, என் கடையின் திறப்புவிழா நாளைக்கு என்றும், அவர் கண்டிப்பாக வரவேண்டுமென்றும் வேண்டினேன்.

அவர் தலையசைத்தார்.

அதன் அர்த்தமென்ன? வருவாரா வரமாட்டாரா என்பதைக் கூடப் புரிந்து கொள்ளும் மனநிலையில் நானில்லை. அந்த

தலையாட்டலிலிருந்தது ஒரு வேளை என்னால் யூகித்து விட முடியும். ஆனால் அதற்கெல்லாம் இப்போது நேரமில்லை. நிறைய வேலைகள் பாக்கியிருக்கின்றன. அக்கடையின் துருபிடித்த பூட்டுகளைத் திறந்து வெட்டு கத்தியை எடுக்க வேண்டும். எலும்பு வெட்டும் மரக் கட்டையிலிருந்து காய்ந்த ரத்தத் துளிகளைச் சுரண்டி எடுக்க வேண்டும். கடையை ஒட்டடை அடிக்க வேண்டும். பச்சை ரத்தம் தெறித்து கறுத்திருக்கும் சுவர்களில் கொஞ்சமாவது வெள்ளையடிக்க வேண்டும்.

எல்லா வேலைகளையும் ஓரளவு முடித்துவிட்டு திட்டமிட்ட நேரத்தில் நான் திரும்பினேன். என் கையில் வெவ்வேறு வடிவத்திலான வெட்டு கத்திகளும், ஒரு சிறிய கோடாலியும் இருந்தன. அதெல்லாம் நீண்ட நாட்கள் உபயோகிக்கப் படாமல் இருந்ததால் துருப்பிடித்திருந்தன. எல்லாவற்றையும் ஒரு பையில் எடுத்துப் போட்டுக் கொண்டுதான் திரும்பியிருந்தேன். வழியில் வாடகைக்குப் பொருட்கள் கொடுக்கும் ஒரு கடைக்குப் போனேன். அங்கிருந்து கேஸ் லைட்டர் உட்பட சில முக்கிய சாமான்களை வாடகைக்கு வேண்டுமென்று கேட்டேன். வாடகை விஷயத்தில் எனக்கும் அந்த கடைக்காரனுக்கும் சில்லறை பேரம் நடந்தது. ஆனால் பொருட்களைத் தர அவனுக்குத் தயக்கமேதுமில்லை.

வெட்டு கத்திகள் நிறைந்த பைகளோடு நான் இப்போது பள்ளிவாசலுக்குப் போனேன். வெளியே அதை ஒரு ஓரமாக ஒதுக்கி வைத்துவிட்டு பள்ளி வாசலின் ஹாலில் நின்று இரண்டு முறை தொழுதேன். பின் முக்ரியின் அறைக்குச் சென்றேன். அவர் அந்த குறுகிய அறையில் நன்றாகத் தூங்கிக் கொண்டிருந்தார்.

அவர் எழுந்திருக்கும் வரை காத்திருக்க எனக்குப் பொறுமையில்லை. நேரம் இருட்டத் தொடங்கியது. முக்கியமான வேலைகள் இன்னும் நிறைய பாக்கியிருக்கின்றன. விடியக் காலைலயே முதல் வெட்டைத் தொடங்கியாகணுமே.

வேறு வழியின்றி அவரை எழுப்ப வேண்டியதாயிற்று. அவர் மெதுவாக சோம்பல் முறித்தபடி எழுந்தார். நான் பரபரப்பாக அவரிடம் பேசினேன்.

நான் விடிகாலை என் கசாப்புக் கடையைத் திறக்கிறேன். முதல் வெட்டுக்கு வேற யாரையும் கூப்பிடவில்லை. இந்த பள்ளிவாசலின் முக்ரி என்ற நிலையில் நீங்கள்தான் இதைச் செய்ய ஒப்புக்கொள்ள வேண்டும்.

அவர் சம்மதித்த பிறகுதான் நான் திரும்பினேன். கத்திகள் நிறைந்த அப்பையோடு சாணை பிடிப்பவரிடம் போனேன். உடனே அவர் வெட்டு கத்திகளை சாணை பிடித்துக் கூராக்கித் தந்தார். கோடாலியைப் பழுக்க வைத்து அடித்தும் கொடுத்தார். சுத்தியலின் உடைந்த முனையை நேராக்கினார். இதையெல்லாம் எடுத்துக் கொண்டு நேராக வாடகை சாமான்கள் கடைக்குப் போனேன். கடை அடைக்கும் நேரம் கடந்திருந்தது. அவர் எனக்காகக் காத்திருந்தார். கேஸ் லைட்டுகள் எரிந்து கொண்டிருந்தன. அது மட்டுமல்லாமல் பிற சாமான்களையும் தயாராக எடுத்துக் கடைக்கு வெளியே வைத்திருந்தார்.

கசாப்புக் கடையில் தேவையான எல்லா ஏற்பாடுகளையும் நிதானமாகச் செய்தேன். அதிர்ஷ்டவசமாக துணைக்கு ஒரு பையனும் கிடைத்தான். அவன் ஒரு அனாதைப் பையன். கொஞ்சம் திட புத்தியில்லாமல் இருந்தாலும் சொல்பேச்சைக் கேட்பனாக இருந்தான். அவனிடம் மற்ற வேலைகளைச் செய்யச் சொல்லிட்டு வீட்டிற்கு வந்தேன்.

பெரிய சுமைகளை இறக்கி வைத்த ஆசுவாசத்தோடு வீட்டுப் படியேறினேன். இன்னும் ஒரு வேலை மட்டும் பாக்கியிருக்கிறது. விடியலின் முதல் ஜாமத்தில் நான் கடையிலிருக்க வேண்டும். அதன் பிறகு என் நினைவுகள் நகரவில்லை. நினைவுகள் கலைகின்றன... கூடவே மரத்தும் போகின்றன...

தூக்கத்தின் சுகத்தில் கொஞ்சநேரம் நான் படுக்கையில் கிடந்தேன். புறப்பட வேண்டிய நிமிடத்தை மனதிலேற்றியபடி நான் விடியலுக்காகக் காத்துக் கிடந்தேன்.

அன்றைய அதிகாலையில் வழக்கத்தை விட பனி அதிகமாகக் கொட்டியது. இருட்டில் பழகிய வழி என்பதால் பயமின்றி நடந்தேன். என்னால் நடக்கும் எதையும் பார்க்கவும், கேட்கவும், புரிந்து கொள்ளவும் முடிந்தது.

பாதையின் இன்னொரு முடிவில் அக்கசாப்புக் கடை அருகே என்னை எதிர்பார்த்தபடி பனிக் காற்றுக்கு நடுவில் மெல்ல அலையும் கேஸ்லைட்டின் வெளிச்சம் தெரிந்தது. அந்த வெளிச்சத்தை நோக்கியே நான் நடந்துகொண்டிருந்தேன். மனம் ஏனோ தத்தளிக்கத் துவங்கியது. முதல் பலியைத் தொடங்குவதற்கான உணர்வு பிசுப்பிசுக்கிறது. கண்கள் நிறைகின்றன.

நான் வானத்தைப் பார்த்தேன். இருட்டில் தனியாக விடப்பட்ட நட்சத்திரம், என் இதயம் போல ஜொலித்தது. என்னைப் பரிதாபத்துடன் பார்க்கிறது. அந்த நட்சத்திரத்தைப் பார்த்து என் இரு கைகளையும் உயர்த்தி என் நெஞ்சே வெடித்திவிடும்படி பிரார்த்திக்கிறேன். இந்த நேரத்தில் இது எனக்குத் தேவையாயிருந்தது.

'சர்வ வல்லமையுள்ள கடவுளே, தொண்டைக்குழியில் கத்தி பட்டவுடன் மரணம் நிகழ வேண்டும்'

நட்சத்திரத்தின் உதடுகள் அசைந்தன. அவற்றிலிருந்து பரிசுத்தமான வார்த்தைகள் வெளி வந்தன. அவை என் இதயத்துக்குக் கருணையைப் பொழிந்தன.

கரும்புலி

தங்கை பீனாவின் திருமண நிச்சயதார்த்தம் முடிந்த மறுநாள்தான் அம்மாவிடமிருந்து அக்கடிதம் வந்தது.

'ராமகிருஷ்ணா, நாளைக்கு பீனாவின் நிச்சயதார்த்தம். விஷேசமான தொரு காரணத்தினால் உன்னிடம் அதை முன்பே தெரிவிக்க முடியவில்லை. இங்கே நம் வீட்டுக்குப் பக்கத்தில் புலி நடமாட்டம் இருக்கிறது. இது தெரியாமல் நீண்ட தூரம் பயணம் செய்து நள்ளிரவில் நீ பஸ்ஸிறங்கி வந்தால் என்ன பண்ணுவாய் என்றுதான் விட்டுவிட்டேன்'

அம்மாவின் கடிதம் விசித்திரமாக இருந்தது. அம்மா எதையோ மறைக்கிறாள். யாருடைய பேச்சையோ கேட்டு வழி தவறுகிறாள். மூடி வைத்தும் மறைக்க முடியாத பொய்யின் களங்கமின்மையோடு அக்கடிதம் இருந்தது.

நிஜத்தில் உள்ளுக்குள் திருகி திருகி வலிக்கிறது. காரசாரமாக அம்மாவிற்குக் கடிதம் எழுதினால் என்ன என்றுகூடத் தோன்றுகிறது. வேண்டாம். அம்மாவைக் காயப்படுத்த எழுத்துகளைப் பயன்படுத்தக் கூடாது. அவள்தானே என் முதலெழுத்து.

பீனாவின் வரன் யார்? எங்கேயிருந்து வந்திருப்பார்? திருமணத்திற்கான அவர்களின் நிபந்தனைகள் என்னவாக இருந்திருக்கும்? ஜாதகப் பொருத்தம் பார்த்திருப்பார்களா?

நினைக்க நினைக்க அவனுக்குக் கோபமும் துக்கமுமாய் வந்தது.

'அம்மா, உன் ராமகிருஷ்ணன் நீ நினைக்கும் அளவுக்கு முட்டாளில்லை'

தூக்கத்தில் அவனுடைய ஆத்மாவாக இருக்கும் அம்மா பேசினாள்.

'நீ ஒரு முட்டாள்தான். அன்பின் வெளிச்சக் கீற்று தரும் எல்லா சிம்மினி விளக்கிலும் போய் மோதி விழுபவன் தானே நீ. உன்னுடன் இன்னொருவரும் வந்து சேர்ந்தால் ஆட்டுக் குட்டியைப் போலத் துள்ளிக் குதித்து ரசிப்பவனல்லவா நீ? அப்படி வருவது குள்ள நரியாக இருக்கும் பட்சத்தில் உன் உடலின் ஏதாவதொரு பாகத்தை இழந்து போகிறாய். அப்போதுதான் கடவுளே இது சூழ்ச்சிதானே என்று யோசிக்கிறாய். உன்னை ஏமாற்றுவது மிகவும் சுலபம் மகனே. அன்பின் விரிந்த சிறகு உன்மீது பட்டாலே போதும். எந்தக் காயங்களிலிருந்தும் புன்னகையோடு வெளியேறி விடுவாய். எத்தனை வயசாகிறது உனக்கு? இன்னும் வாழ்வின் முதல் அத்தியாயத்தையாவது நீ படிக்க முயற்சித்திருக்கிறாயா? வெளுத்ததெல்லாம் பால் என்றும் பளீரெனச் சிரிப்பது எரியும் நெருப்பென்றும் நம்பும் உன்னை, பலரும் தங்களுக்காகப் பயன்படுத்திய பிறகுதான் அச்சூழ்ச்சியை உன்னால் உணரமுடிகிறது'

தூக்கத்தில் அம்மாவிடம் அவன் என்னென்னமோ பேச நினைத்தான்.

'அம்மா என்னுடைய பிரச்சனையே இந்தத் தனிமைதான். அதைத் துடைத்தெறிவதுபோல் என்னுடன் இன்னொருவன் சேரும்போது எனக்கொரு இளந்தென்றலின் இதம் கூடி வருகிறது. சில நேரங்களில் அன்பின் உன்மத்தம் கிடைக்காத தண்டனையில் முடங்கிப் போகிறேன். நீங்கள், எப்போதும் நான் விரும்பி யாசித்த அன்பைக் கொடுக்காமல் புறந்தள்ளி விட்டீர்களே அம்மா? என் குழந்தைப் பருவத்தின் ஏதாவதொரு பக்கத்திலாவது நீங்கள் சிறுவண்ணம் தீட்டியிருக்கிறீர்களா?'

ஆனால் அவள் அவனை எதையும் சொல்ல அனுமதிக்கவில்லை. அம்மா இப்படியாகப் பேச்சை முடிக்கிறாள் என்று அவனுக்குத் தோன்றியது.

'உனக்கு யாருக்கும் பிடிக்காத ஈசலின் புத்திதான் இருக்கிறது'

அம்மாவின் கடிதம் வந்ததற்கு மறுநாள் ராமகிருஷ்ணன் வேலைக்குப் போகவில்லை. அலுவலகத்திலிருந்து வந்த ஃபோர்மேனிடம்,

''உடம்புக்கு சுகமில்லை, தலை ரொம்ப வலிக்குது, காய்ச்சல் வரும் போல இருக்கு. இன்னக்கி ஒரு நாள் லீவ் சொல்லிடுங்க'' என்றான்.

ஃபோர்மேன் ஒரு நிமிடம் நின்று நம்பிக்கையே இல்லாமல் அவனைப் பார்த்தபடியே, படியிறங்கிப் போனார்.

ராமகிருஷ்ணன் அம்மாவிற்குக் கடிதமெழுத பலமுறை பேனாவை எடுத்தான். மனசு அதற்கு இடம் கொடுக்கவில்லை. வேண்டாம். எதுவும் எழுதவேண்டாம்.

அன்று பகல் முழுக்க மனசு சாம்பல் பூசின கங்காய் தகித்தது. இரவில் அவன் மனதளவில் மேலும் நொறுங்கிப் போயிருந்தான். உலகின் மிகப்பெரிய குப்பை மேட்டிற்குள் தான் தள்ளப்படுவதாய் உணர்ந்தான்.

ஃபோர்மேனின் கண்களை நேரிடையாக எதிர்கொள்ள முடியாமல் வேலைக்குப் போனாலும் அவர் வெளியே போன நேரம் பார்த்து விடுமுறைக்கு விண்ணப்பித்து விட்டு திருடனைப் போல அங்கிருந்து வெளியேறினான்.

வேலையில் மனம் ஒப்பவில்லை. தன் செய்கைகள் ஏதோ கொடிய வஞ்சனைக்கெதிரான, பிரகாசமும் பலவீனமுமான எதிர்ப்பாகவே அவனுக்குத் தோன்றியது.

வேலையிடத்திலிருந்து அறைக்கு வந்தும் எண்ண ஓட்டங்களை மூடிவைக்க முடியாத மன உளைச்சலுக்கு உட்பட்டான்.

காலச் சக்கரத்தை, திருமண நிச்சயதார்த்தத்தின் ஞாயிற்றுக் கிழமைக்குத் திருப்பி, தங்கையின் நிச்சயத்தில் தானும் பங்கெடுப்பது போல ராமகிருஷ்ணன் நினைத்துக் கொண்டான். அதில் அவன் வெற்றியும் பெற்றான்.

அவசர அவசரமாக பஸ்ஸிறங்கி வீட்டிற்கு நடந்தான். சந்தோஷத்தில் அவன் இதயம் மேலும் அதிகமாகத் துடித்துக் கொண்டிருந்தது. அப்பாடா பீனாவின் நிச்சயத்திற்கு சரியான நேரத்தில் வந்து சேர முடிந்ததே.

சட்டென்று அந்த நிஜம் அவன் முன்னால் வந்து நின்றது. வீட்டு வேலிக்குக் பக்கத்தில் ஒரு புலி நிற்கிறது. அது கறுப்பு நிறமாக இருந்தது. வெள்ளை வெளேரென்ற அதன் பற்கள். சிரிக்கும் முக பாவம்.

ராமகிருஷ்ணனுக்கு முதலில் சிரிப்புதான் வந்தது. பிரியத்தின், ரத்த பந்தத்தின் நடுவில் ஒரு புலி வந்து நின்று பொருத்தமாய் ஜாலம் காட்டுகிறது.

இரண்டடி முன்னால் வந்தவுடன் அது முன்னெச்சரிக்கையோடு எழுந்து நின்றது. இனி ஒரு அடி முன்னால் வைத்தாலும் விழுங்கி விடுவேன் என்பதாய் அதன் பாவம் இருந்தது. தன்னுடைய ஒவ்வொரு அசைவையும் புலி அனுமானித்து அசைவது போலத் தோன்றியது. என்ன செய்வதென்று புரியாமல் ராமகிருஷ்ணன் ஒரு கதையின் நம்ப முடியாத கதாபாத்திரம் போல உறைந்துபோய் நின்றான்.

சொந்த பந்தங்களும் நண்பர்களும் நிச்சயதார்த்தத்துக்குப் போகிறார்கள். யாரையும் புலி ஒன்றும் செய்யவில்லை. இவனை மட்டும் அசையக்கூட விடவில்லை. அதன் இலக்கு, தான் மட்டுமே என்பதைப் புலி அவனுக்கு உணரச் செய்தது.

நிச்சயதார்த்தச் சடங்குகள் தொடங்குகிறது. புலியும் அவனும் மட்டும் பிடித்து வைத்த பொம்மைகளைப் போல வழியின் இரண்டு பக்கங்களிலும் நிற்கிறார்கள்.

சட்டென அவனுடைய முதுகில் யாரோ தொட்டார்கள்.

"என்ன ராமகிருஷ்ணா, இங்கயே நின்னிட்ட? வேலை பாக்கற ஊரிலயிருந்து இப்பத்தான் வரியா?"

அவனுக்குச் சொல்ல முடியாத ஆசுவாசம் ஏற்பட்டது. அவன் பலகீனமான தன் மனக்கூட்டை அவருக்குத் திறந்து காட்டத் தீர்மானித்தான்.

"ஆமாம்... அது... தோ... புலி..." கேட்டவர் சிரித்தார்.

"அதான் பிரச்சனையா? டேய் அதும் வெறும் புலிதான்டா?"

அவர் அவனை மேலும் ஆசுவாசப்படுத்தினார். அவர் சொல்வதை அவனால் நம்ப முடியவில்லை.

"வெறும் புலியா? அது என்ன வெறும் புலி?"

"நீ அந்தப் புலியோட கண்ணைப் பாத்தியா? புலிக்கான எந்த ஆக்ரோஷமும் அதிலில்லை. அது முட்டாள்தனமான வீரியத்தை மட்டுமே வைத்திருக்கிறது. அது வெறும் கரும்புலிதான்"

கவனமாய் பார்த்தபோது அது சரிதானென அவனுக்கும் தோன்றியது.

அதன் ரோமங்களில் வெற்றுச் சிலிர்ப்பு மட்டுமே. அதன் பற்களில் சுயநலத்தின் பலவீனம் மட்டுமே. அதன் நகங்களில் ஒரு தோற்ற வீரனின் போலித்தனம் மட்டுமே.

புலியைப் புறந்தள்ளிவிட்டு ராமகிருஷ்ணன் வீட்டிற்குள் பிரவேசித்தான். அப்புலியோ வெற்றுப் பகட்டுடன் தன் கறுத்த ரோமங்களை ஒரு கீரிடம் போல முதுகின் மேல் ஏற்றி வைத்துக் கொண்டது.

ராமகிருஷ்ணன் அன்றிரவு தன் அறையில் படுத்து சாந்தமாகவும், நிம்மதியாகவும் வெகுநேரம் உறங்கினான்.

தலை

வெளியில் கேட்ட சத்தம் என்னவென்று பார்க்கும் ஆர்வத்துடன் தலை மெல்ல கண் திறந்து பார்த்தது. சிறு தூறல். அது வந்தது போலவே சுவடில்லாமல் போகவும் செய்தது. ஆனாலும் சூழலில் சுடுமண்ணின் ஈரமணம் பரவியது. சிறு காற்றடித்ததால் கொஞ்சம் புழுதிப் படலமும் உயர்ந்தடங்கியது.

உடல், குருடர்களின் கல்யாண வரவேற்பில் பங்கெடுக்கப் போயிருப்பதால் தலை இப்போது மிகவும் கோபத்திலிருந்தது. உடல் கல்யாணத்திற்குக் கிளம்புவதற்கு முன், சில சௌகரியங்களை தலைக்குச் செய்தும் கொடுத்திருந்தது. இங்கே இருக்கும் பளபளக்கும் அலுமினிய டேபிளில் கொஞ்சம் எண்ணெய் தடவி வைத்திருந்ததால் தலையால் மெதுவாக அசையவும் கொஞ்சம் நகரவும் முடிந்தது. அசைவதென்றால் சரியாக நான்கைந்து இன்ச் நீளம்தான் முடியும். நகர்வதென்றால் அதைவிடக் குறைந்த தூரம்தான். ஆனாலும் முற்றிலும் தனித்து விடப்பட்டிருக்கும் தலைக்கு பிரத்யேகமான சில சங்கடங்கள் இருக்குமென்பது உடலுக்கும் தெரிந்திருந்தது. உடல் என்ற நிலையிலிருந்து அவனுக்கும் சில எல்லைகள் உண்டு.

உடல் அங்கே என்னவெல்லாம் முட்டாள்தனம் செய்திருக்கிறது என்று திரும்பி வரும்போதுதான் தெரியும். ,

கல்யாணத்திற்குக் கிளம்புவதற்கு முன் உடல் சொன்னது, "குருடங்களோட கல்யாணங்கறதினால போகாம இருக்க முடியுமா? விருந்து சாப்பாட்டின் சூட்டையும் அது ஆறின பிறகான இதத்தையும், பசியாறிய பிறகு வரும் சாந்தத்தையும் மட்டுமே நான் எடுத்துக் கொள்வேன். ருசியையும் மணத்தையும் இலையில் பொதிந்து உனக்காகக் கொண்டு வருவேன்"

"மாலை விருந்தில் கலந்துகொள்ள மட்டுமாவது நானும் வருகிறேனே" எனத் தலை அடம்பிடித்தபோது உடல் சிரித்தது.

"என் பிரியமான தலையே! நீ இப்படி அடி முட்டாள் மாதிரி பேசறியே. குருடங்க கல்யாணத்துக்குப் போக எதுக்கு ஒரு தலை? அது மட்டுமில்ல வழியில நிறைய இடங்கள்ல கலவரங்கள் நடக்குது. கடைகளை, வண்டிகளைக் கொளுத்தறாங்க. உன்னோட குணம்தான் எனக்குத் தெரியுமே, கண்ணுக்கு முன்னால் நடக்கும் அநியாயங்களைத் தாண்டிப் போக முடியுமா உன்னால? எதாவது பேசிப்பேசி உங்கூட சேர்ந்து நானும் தர்ம அடி வாங்க வேண்டி வரும். குருடங்களோட கல்யாணந்தானேன்னு சொல்லிட்டு பாதியில திரும்பி வரவும் எனக்கு இஷ்டமில்லை. ஏன்னா அதில விருந்து ரொம்ப பிரமாதமா இருக்கும்னு எல்லாரும் சொல்றாங்க. அதனால உனக்கு எல்லா சௌகரியங்களையும் செஞ்சு கொடுத்திட்டு நான் போறேன்"

உடல் பேசியதை நினைக்கும்போதெல்லாம் தலை கோபத்தில் விம்மியது.

தாகமெடுக்கும்போது குடிக்கக் கொஞ்சம் எலுமிச்சை சாறு எடுத்து வைத்திருப்பதும், சோர்வுறும்போது தன்னைத்தானே பார்த்து ரசிக்கவோ, தானே பேசிக் கொள்ளவோ முன்னால் ஒரு கண்ணாடி வைக்கப்பட்டிருப்பதுமா தனக்கான சௌகரியங்கள்?

வாசல் வெளியே பூட்டப்பட்டிருக்கிறது. கண்ணாடி ஜன்னல்களெல்லாம் அடைக்கப்பட்டிருக்கிறது. எல்லாம் பாதுகாப்பாக

சிஹாபுதின் பொய்த்தும்கடவு

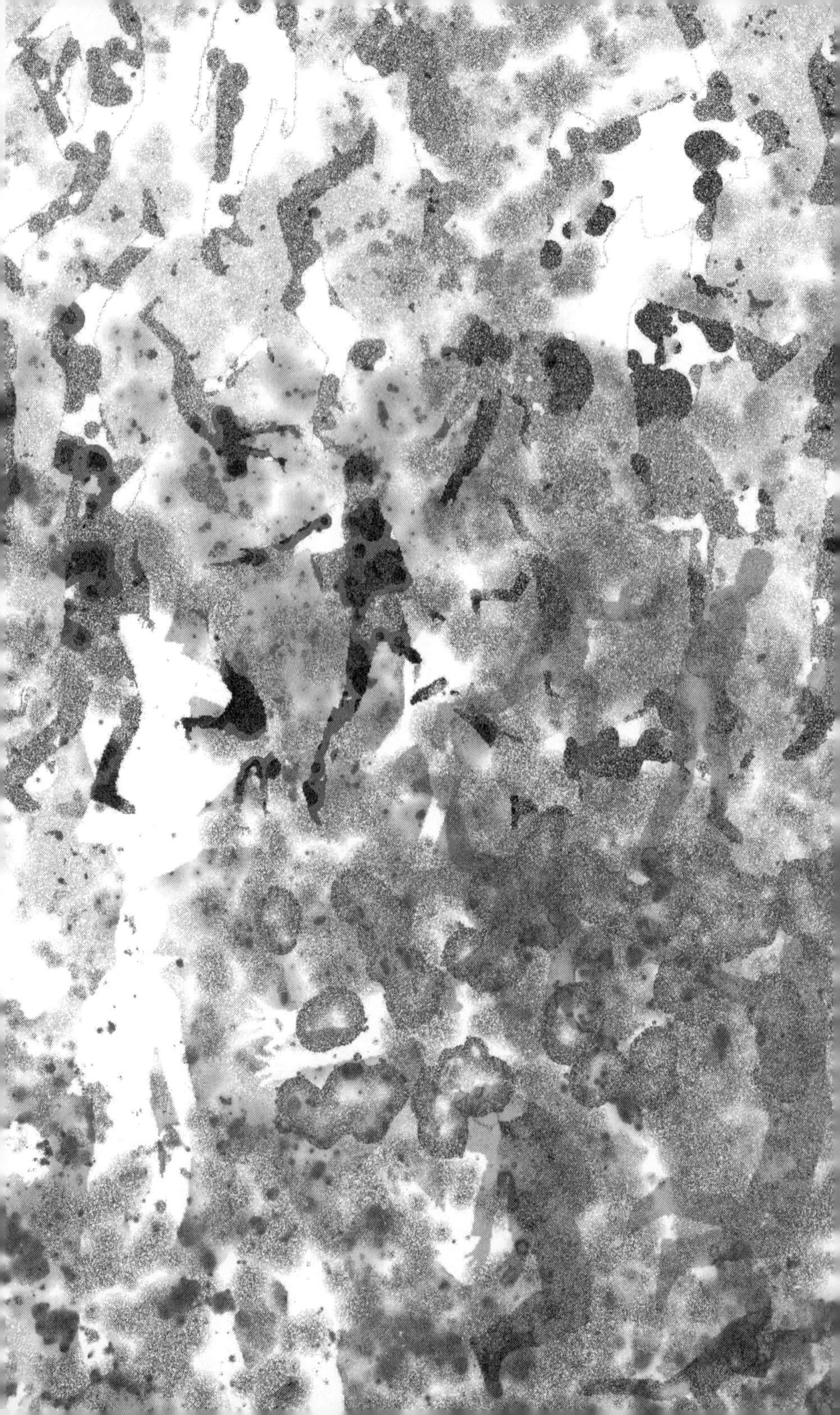

இருப்பதாக அவன் சொல்லிவிட்டுப் போயிருக்கிறான். ஆனால் மாடியில் ஒரு சிறு காற்றின் அசைவிலும் ஒரு இலையின் உதிரலிலும்கூட மனம் அதிர்கிறது. எந்த நிமிடத்திலும் ஒரு எலி இறங்கி வரலாமென எனக்குப் பதறுகிறது. பூனைகூட அப்படித்தான், நாம் சுதாரிப்பதற்குள் வந்துவிடும். வெறும் ஒரு தலையாயிருந்து கொண்டு எப்படி எதிரிகளைச் சமாளிப்பது?

உடலைப் பற்றி யோசித்தால் அது இன்னும் பாவமாக இருக்கிறது. பலத்தையும் பசியையும் உணரக்கூடிய அவன்பாடு இன்னும் அவஸ்தை. யாராவது நினைத்தால் மிக எளிதில் அவனை திசை திருப்பிவிட முடியும். காலா காலத்திற்கும் மற்றவர்களின் வீட்டில் விறகு வெட்டியோ தண்ணீர் இறைத்தோதான் காலம் தள்ள வேண்டியிருக்கும். வெறும் ஒரு உடலாக இருந்துகொண்டு எப்படி ஒருவன் எதிரிகளைச் சமாளிக்க முடியும்?

என்னதான் சொன்னாலும் வயிறு புடைக்க சாப்பிட்டு மணமும் ருசியுமாக அவன் வந்தானேயானால் அந்த உடலோடு சேர்ந்து முழுமையாய், சாதாரண ஒரு மனுஷனாக உருப்பெற்று நான் சுகமாகக் கட்டிலில் மயங்கிக் கிடப்பேன். ஆனால் அவன் வந்தால்தானே இதெல்லாம் முடியும்.

நேரம் ஆக ஆக துக்கம் அடைத்துக் கொண்டு வருகிறது. கண்களை மூடக்கூட முடியவில்லை. இமைகளை மூட முயலும்போதெல்லாம் துர்கனவுகளின் இருள் வந்து சூழ்ந்து கொள்கிறது.

தலை, கண்ணாடி ஜன்னல்களுக்கருகில் மெதுவாகத் திரும்பி சாலையோரத்தில் கண்களைக் குத்திட்டு நிறுத்தியது. காதுகளைக் கூர்மையாக்கியது. அவனுடைய காலடி சத்தம் மட்டுமல்ல, ஒரு சருகின் உதிர்தலைக்கூட தலையால் கேட்க முடியவில்லை.

இந்தக் காத்திருத்தலைத்தான் தலையால் சகிக்க முடியவில்லை. தன் துன்பத்தை அகற்ற உடல் எடுத்து வைத்த கண்ணாடிக்கு முன் தலை கொஞ்சம் எம்பிப் பார்த்தது.

இப்போது தன் உருவத்தைத் தெளிவாய் காண முடிந்தது. இந்த முகத்தைப் பார்க்கும்போதெல்லாம் தானொரு அவநம்பிக்கைக்குள் தூக்கி எறியப்படுவதாக அதற்குத் தோன்றும். இது நானே தானா? இவ்வளவு வயோதிகம் என்னைச் சூழ்ந்துகொண்டதா? மனதால் மனிதர்கள் எப்போதும் ஆறேழு வருடங்கள் இளையவர்களாகத் தானே இருப்பார்கள்? அதனால்தான் எனக்கு இப்படித் தோன்றுகிறதோ? எத்தனை முயற்சித்தாலும் இந்த முகத்தோடு என்னால் பொருந்திப் போகவே முடியவில்லை. முடி உதிர்ந்து, அடர்த்தி குறைந்த சுருள் சுருளான தலைமுடி. யாரோ அசிரத்தையாய் தேய்த்துவிட்டதுபோல மெலிதான புருவம். ஒருபோதும் நிறைவடையாத மீதி உறக்கத்தின் ரத்தச் சிவப்பேறிய கண்கள். காவலிருக்கும் நாயின் கண்களையொத்த கருமணிகள். கொஞ்சமாவது அழகு மிச்சமிருந்தால் அது மூக்கிலிருந்தது. உயர்ந்து நிற்கும் பல்லும் ஒட்டிய கன்னங்களும் கீழ்தாடையின் சுழியும் சேர்த்து என்னை எப்போதும் சிரிக்கும் முட்டாளாக்கியிருக்கின்றன. ஆனால் வாயை மறைத்தபடி பார்த்தால் சிரிக்கும் தலை, குரூரமான ஒரு வேட்டை மிருகத்தின் கௌரவ பாவத்தில் இருந்தது.

தலையின் சிந்தனைக்குள் மறைக்கப்பட்ட ஆழத்திலிருந்து கர்வம் தலை தூக்கியது.

இப்படியொரு சூழல் வந்தது எத்தனை நல்ல விஷயமென்றும் தோன்றியது. எத்தனைமுறை நாம் முகத்தைக் கண்ணாடியில் பார்த்திருப்போம்? ஆனால் இத்தனை ஏகாந்தமாக என் முகத்தை நான் பார்த்ததேயில்லை.

நேரம் என்னவாயிருக்கும்? அதைத் தெரிந்து கொள்ள பிரயத்தனப்பட வேண்டியிருந்தது. ஆனால் அது பிரயோஜனப் படவில்லை. வாட்ச் உடலின் மணிக்கட்டிலிருந்தது. அவன் வந்தால்தான் சரியாகச் சொல்லமுடியும். அதிக விலையுள்ள வாட்ச் அது. கல்யாண வரவேற்பில் அதை யாருக்கேனும் கழற்றிக்

கொடுத்திருக்கலாம். நான் சொன்னேனே, அவனுக்கு மந்த புத்திதானேயொழிய யோசித்துச் செயல்படும் சாமர்த்தியம் இல்லை.

நேரம் ஆக ஆக பயமும் ஏறத் தொடங்கியது. தலையை விட்டொழித்து உடல் போய்விடக்கூடிய சாத்தியக் கூறுகளையும் அப்படியொன்றும் ஒதுக்கிவிட முடியாது. மற்றவர்களின் தூண்டுதலின் பேரில்கூட அப்படி நடக்கலாம். ஒரு மருந்து வியாபாரி வந்து பேசுகிறான் என்றே வைத்துக் கொள்வோம், "இதையெல்லாம் பெரிய விஷயமாகக் கருதவேண்டாம் நண்பரே, ஒரு தலைதானே போகட்டும் விடுங்கள். நாம் வேறு ஒரு தலையைச் செஞ்சிடலாம். மிகச் சரியான தலை, ஒரிஜினல் தலை. இந்தாங்க இத்தனை மாத்திரைகள்தான், அத்தனையும் வீரியமிக்கவை. சாப்பிட்டுப் பாருங்கள். இரண்டே நாட்களில் இன்னொரு தலை முளைச்சுடும். ஆனால் அந்தத் தலை உங்களிடம் ஒரு எஜமானனைப் போல நடந்து கொள்ளாது. நமக்கு அடங்கியே இருக்கும்" என்றுகூடச் சொல்லிவிடலாம்.

விளம்பரங்களினால் எப்போதும் மயங்கிவிழும் வழக்கம் அவனுக்குண்டு. எத்தனைமுறை அவன் இப்படி விளம்பரங்களால் வீழ்த்தப்பட்டிருக்கிறான் தெரியுமா?

வெளியில் வெயில் மங்கலாகி வருவதைத் தலையால் உணர முடிந்தது. கொடுமையான தனிமையும் பீதியும் வெளியே சுழன்றடித்தாலும், உள்ளுக்குள் தனிமை வார்த்தைகளில் அடக்கிவிட முடியாத சுகத்தையும் தந்தது. சரியாகச் சொல்வதானால் மனிதத் தலையின் கூட்டாளிதான் உடல் என உணர முடிந்தது.

மேஜை மேலிருந்த தலை மெதுவாக அசைய முயற்சி செய்தது. அம்முயற்சி முற்றிலும் தோல்வியடையவுமில்லை. துக்கத்தைத் தவிர்க்க தன் கண்களால் நான்கு பக்கங்களிலும் பார்வையைச் சுழலவிட்டது. சுவரையும் ஒருமுறை பார்த்தது. சுவரில் ஒரு துப்பாக்கி தொங்கிக் கொண்டிருந்தது. வேட்டைக்குப் போகும்போதெல்லாம்

உடன் கொண்டு போகும் ஒரு லட்சியவாதியின் துப்பாக்கி. அது நமக்கு விசுவாசமாகவும் இருக்கும். அதன் நினைவில் தோய்ந்து சில நிமிடங்கள் வேட்டையின் வினோத நிமிடங்களில் கரைந்தது தலை.

எதனால் ஒரு தலையால் சுயமாகத் தன்னைத் திருப்திப்படுத்திக் கொள்ள முடியவில்லை? கழுத்து பாகத்து சதையின் பிடிப்பும் ஆயாசமும் இருந்தால் போதுமே, தொடர் முயற்சியால் எதையெல்லாம் சாதிக்கலாம்? ஒரு நத்தையைப் போலிருந்தாலும் விடாமுயற்சியால் நடக்கலாம். ஆனால்... அவன்... அந்த உடல்... என்னை அனுமதிக்க வேண்டுமே. அதற்கு முன்பாக அவன் என்னை அணிந்து கொள்வானா?.

அன்று நடந்த ஒரு சம்பவத்தைத் தலை யோசித்துப் பார்த்தது. அது ஒரு ஞாயிற்றுக்கிழமை. எப்போதுமில்லாமல் வழக்கத்திற்கு மாறாக மதியம் மதி கெட்டுத் தூங்கிக் கொண்டிருந்தோம். அப்போதுதான் அந்தக் கனவு வந்தது. ஒரு பூந்தோட்டத்துச் சாய்வு நாற்காலியில் படுத்திருந்த நான் தலையை விட்டகன்று தனியாக உட்கார்ந்திருந்தேன். அப்படி உட்கார்ந்திருந்தபோது காதுகள் வளர்ந்து வளர்ந்து சிறகுகளாக மாறிவிடுகின்றன. உதடுகள் நீண்டு அலகுகளாகின்றன. சர்வ சுதந்திரமுள்ள ஒரு பறவையைப் போல மெதுவாக நான் ஆகாயத்திற்குச் சிறகடித்து உயர்ந்தபோது... சட்டெனத் தூக்கம் கலைந்தது. பதட்டத்தோடு அதிர்ந்து துடித்த உடல் கேட்டது.

"நீ ஏதாவது கனவு கண்டியா?"

"இல்லையே"

உடல் அவநம்பிக்கையோடு என்னைப் பார்த்தது.

"ஏதோ சிறகடிப்பது போல சத்தம் எனக்குக் கேட்டதே"

முற்றிலும் தூக்கம் கலைந்த நாங்கள் பரஸ்பரம் பேசிக் கொள்ளாமல் பலமணி நேரங்கள் அப்படியே மௌனமாகக் கிடந்தோம்.

கல்யாணத்திற்குப் போகிறேன் என்ற பேரில் என்னிடமிருந்துத் தப்பித்துப் போக காரணங்களும் இருக்கின்றன. ஒரே சரீரமாக இருந்தாலும் எங்களுக்குள்ளாக சில வேறுபாடுகளோடுதான் நாங்கள் வாழ்கிறோம். மிக மிக ரகசியமாக... அது ஒரு போதும் வெளியே சிந்திப் போகாமலிருக்க இரண்டு பேரும் அதிக பட்சமாக முயன்று கொண்டிருக்கிறோம். நீண்ட நாட்கள் கடந்துவிடாத ஒரு சம்பவத்தைத் தலை நியாபகத்தில் நிறுத்திப் பார்த்தது. அது ஒரு விடுமுறை நாள். ஏதும் செய்யத் தோன்றாத தனிமையை நகர்த்துவதன் பொருட்டு, நாங்கள் எந்த அழுத்தமுமற்ற விஷயங்களைப் பேசிக் கொண்டிருந்தோம். அப்படியான நேரத்தில்தான் என் வாயிலிருந்து அப்படியொரு துஷ்ட வார்த்தை வந்து விழுந்தது. ''இந்தத் தலைக்குள்ளிருக்கும் சின்ன மூளை இல்லன்னா தெரிந்திருக்கும், உலக முன்னேற்றத்தில் எதில் என் பங்கில்லை?'' விளையாட்டாகவே நான் இதைச் சொன்னாலும் உடலுக்குள்ளாக அது என்னவெல்லாமோ செய்துவிட்டது. சிறிது நேர அமைதிக்குப் பிறகு அவன் என்னிடம் இளக்காரமாகச் சொன்னான்.

''அவ்வளவு பெருமைபடறதுக்கு நீ ஒண்ணும் செஞ்சிடல. உலகத்தை முன்னெடுத்துப் போவதற்கான செயல்களைத் திறமையாகச் செய்வதாகச் சொல்லி சிந்தித்து சிந்தித்து நீ தனிமைப்பட்டுப் போகிறாய். உடலுழைப்பு இல்லாத முன்னேற்றம் என்ன இருக்கிறது இந்த பூமியில் சொல்?''

நானும் விட்டுக் கொடுக்கவில்லை.

''எங்கேயிருக்கிறது சாட்சி? நீ எந்த சரித்திரப் புத்தகத்திலிருக்கிறாய்? எந்தப் பதிவிலிருக்கிறாய்? பாட புத்தகங்களை எடுத்துப் பார், தத்துவ ஞானிகளின் உடலை நீ எனக்கு அடையாளம் காட்டு. ராஜாக்களின் உடல் பொறித்த நாணயங்கள் இருக்கிறதா என எனக்குக் காட்டு''

உடலைக் கோபத்தின் உச்சிக்குக் கொண்டுபோக இந்த பதில் போதுமானதாயிருந்தது.

''கிளாவர் தின்பதற்குண்டான அலெக்ஸாண்டர் சக்ரவர்த்தி போல, நீ சரித்திரத்தின் குருடர்களுக்குத் தடவிப் பார்த்துச் சொல்ல ஒரு சின்னம் மட்டுமே. ஆனால் நான் பெரிய பலசாலியாய் கோட்டைகளில், அணைக்கட்டுகளில் நெஞ்சுயர்த்தி நிற்கிறேன்''

அன்றைய உரையாடல் எத்தனை வேகமாக சாதாரணப் பேச்சிலிருந்து விவாதத்திற்கு மாறியது என்று தலை நினைத்துப் பார்த்தது. விளையாட்டாய் நான் சொன்ன வார்த்தைகள் அவனை ஆழமாக காயப்படுத்திவிட்டது. அதுவே பெரிய பகையாய் மாறவில்லையென யாருக்குத் தெரியும்? அதற்குப் பிறகான நாட்களில் அவன் என்னிடமிருந்து தனித்து அறியப்பட ஆசைப்பட்டான் என்பது யாருக்குத் தெரியும்?

வெளியில் இருள் மிக வேகமாய் சூழலைக் கருப்பாக்கியது. உதடுகள் காய்ந்து வறண்டிருந்தன. ஆனாலும் எதிர்பார்ப்பிலும் அனாதை பயத்திலும் தலையால் ஒன்றும் செய்ய முடியவில்லை.

குருடர்களின் திருமண வரவேற்பு இவ்வளவு நேரம் நீண்டிருக்குமா? இல்லை... இல்லை... என்னைக் கைவிட்டுவிட்டுப் போக ஒருபோதும் அவனால் முடியாது. இத்தனை காலமும் மிக இயல்பாய் பின்னிப் பிணைந்து வாழ்ந்தவர்கள் நாங்கள்.

மாலை முழுமையடைவதற்கான அடையாளமாய் சிறுகாற்று வீசியது. காற்றில் ஜன்னலின் ஒற்றைக் கதவு மெதுவாகத் திறந்து கொண்டது. வெளியே குளிர்காலத்தின் விளையாட்டு போல காய்ந்த இலைகள் திரைபோலப் பறந்தன. வெயிலில் பழுத்த பூமியிலிருந்து உயர்ந்த காற்றில் வெப்பம் தகித்தது. அவன் இன்னும் வரவில்லை.

இப்போது தலைக்கு, தன் உடலின் மீது ரத்த சம்மந்தமான அன்பு பீறிட்டது. நான் இவ்வளவு அகங்காரத்துடன் இருந்திருக்க

வேண்டாம். எல்லா வேதனையின் பாரத்தையும் சுமந்து உலகத்தின் எல்லா மூலைக்கும் என்னை அழைத்துக் கொண்டு போனது அவன்தானே? எப்போதும் அவனோடு நானொரு அடிமையைப் போலவே நடந்து கொண்டேன். அவனுடைய குணத்தை நான் பலமுறை பரிகசித்திருக்கிறேன். துச்சமாகப் பார்த்திருக்கிறேன், நிந்தித்திருக்கிறேன். வெறித்தனமாய் அள்ளி அள்ளி சாப்பிடும் உணவைப்பற்றி, இஷ்டமில்லாமல் மற்றவர்களின் தனிமையைப் பறிப்பதில் உள்ள சுகம் பற்றி, தேவையே இல்லாத இடங்களில் அவனுக்கு ஏற்படும் பயத்தைப்பற்றி என எல்லாவற்றையும் நான் விமர்சித்திருக்கிறேன். நான் அவனை அளவுக்கதிகமாய் வேதனைக்குள்ளாக்கியிருக்கிறேன். பலமுறை அப்படியான நிகழ்வு எங்களைக் கடந்து போயிருக்கிறது.

முடிவுறாத ஒரு துக்கக் காலத்தைப்போல, நெடுங்கதையைப்போல வெளியே இரவு நீண்டு நீண்டு போவதைத் தலை உணர்ந்தது. இருட்டு. எந்நிறத்தோடும் சேராத கும்மிருட்டு, தலைக்குள்ளாக என்னென்னமோ பீதி கொதித்தெழுந்து உயர்ந்து வவ்வால்களைப் போலச் சிறகடிக்க ஆரம்பித்தது. இதோ, இந்த மேஜை மேல் காலங்கள் கடந்து அனாதைத் தன்மையும், முதுமையும் சேர நான் தனியாக இருந்துவிட நேரிடுமோ? யாருடைய உதவியும் இல்லாமல் எல்லாம் காய்ந்துபோகும். வெளியே பூட்டிய பூட்டு உப்புக்காற்றைத் தின்றபடி கரைந்துபோகும். காலம்கூட பொங்கிவரும் ஆற்று வெள்ளத்தில் மூழ்கிப்போகும். ஒருவேளை என்னுடைய தலை என்ற உணர்வோடு அலைந்து திரிந்து உடல் என்றாவது ஒரு நாள் மணல் மேட்டில் ஊறிக் காய்ந்து இறந்து போகுமோ? அது பிறகு அதிசயப் பிறவியாகக்கூட ஆகலாம். தலைக்கும் உடலுக்குமான அவனுடைய பச்சாதாபம், வாழமுடியாமல் மதில்களாக உயர்ந்து நிற்கலாம். தலை விம்மியது.

பிரியமானவனே, நீ திருமண வரவேற்புக்குப் போகாமல் இருந்திருக்கலாம். எல்லா வரவேற்புகளும் நம்மை வழி தவறிப் போகவைப்பவைதான் என்பது உனக்குத் தெரியுமா? நீ வா, வாழ்க்கை

மிகப் பெரியதொரு நுட்பமான சூட்சுமத்தை உள்ளடக்கியது. ரசமற்ற விஷயங்களைத் தவிர்க்க நாம் விவாதிப்பதைத் தவிர வேறுவழியில்லை. உள்ளே பகையை வளர்த்துக்கொள்ளாமல் வாழ்க்கை இல்லை. பரஸ்பரம் நிந்திக்காமல் வாழமுடியாது. நான் வெளிப்படுத்தின வெறுப்பையும் சேர்த்து என் முகத்திலேயே உமிழ்ந்துவிடு. ஆனாலும் நீ திரும்பி வராமல் இருக்கக்கூடாது. எனக்குத் தெரியும், யோசித்துப் பார்த்தால் நீ தனிமையை அனுபவித்த படியேதான் இருப்பாய். நீயும் நினைத்து நினைத்து துடிக்கிறாய். சரியாக சொல்வதானால் நாம் இப்போது வாழ்கிறோம். பகையும் அன்பும் இல்லாத பூமி சூன்யமாகப் போகாமலிருப்பதற்காக எவ்வளவு சீக்கிரம் வர முடியுமோ அவ்வளவு சீக்கிரம் வா.

பரிணாமத் திசையில் ஒரு ஏடு

இந்தத் தேடல் எத்தனையாவது முறை என்று எனக்கு சரியாகத் தெரியவில்லை.

இந்த சர்க்கஸ் கூடாரத்திற்குள்ளே இருக்கும் சின்ன அறையில் மேனேஜருக்கு எதிரில் உட்கார்ந்து வேர்த்து போய் மிகுந்த எதிர்பார்ப்புடன் நேரத்தைக் கடத்தினேன்.

பிறந்தது முதல் என்னை நிழலாய் பின்தொடரும் ஒரு ஆள் எப்போதும் உடன் இருக்கிறார். அது பயம். ஒருமுறையாவது காட்டு மிருகத்தைப் போல வீரமாய் இந்த உலகத்தோடு பேச வேண்டுமென்பது என் வாழ்வின் தீராத ஆசை. பயத்தின் உருவமும் பாவமும் மாறிமாறி வருகிறது என்பதென்னவோ உண்மைதான். ஆனால் பலத்தைப் பொறுத்த வரையில் அவையெல்லாம் ஒன்றாக இருந்தன.

முதலில் ஒரு முரட்டு மீசையாகவும், அம்மைத் தழும்பு போல புள்ளியிட்ட பிரம்பாகவும், இரும்புப் பக்கத்தில் அச்சடித்த கணக்கு புத்தகமாகவும் அது இருக்கிறது.

இப்போது என் முன்னால் உட்கார்ந்திருக்கும் இந்த சர்க்கஸ் கம்பெனி மேனேஜரும் இந்தக் கூடாரத்தின் பிரமாண்டமும் எனக்கு பயத்தையல்லாமல் வேறு எதைக் கொடுத்துவிட முடியும்?

இஸ்திரி போடாத பருத்திச் சட்டை போல கசங்கியும், சுருண்டும், பம்மியும், பதுங்கியும் எப்படி நான் இங்கே வந்து சேர்ந்தேன் என்று அனுபவித்துதான் தெரிந்து கொள்ள வேண்டும்.

இப்படியான நேரங்களிலெல்லாம் என் உடன்மிருகத்தை இருட்டறையில் வைத்துப் பூட்டி அடித்து அடக்கிவிட முயன்றேன். அதற்கு அதன் பரிதாபமான அழுகையும், கூக்குரலும் மட்டுமே காரணம். அடிபட்டுக் கண்ணிப் போன முகத்தில் அதனுடைய பற்களுக்கிடையில் பயம் ரத்தம் போல எப்போதும் ஒழுகிக் கொண்டிருந்தது.

கடைசியில் பெரும் சோர்வில் நான் அதன் மேலே காதலாகி கசிந்துருகவும், அது உணரும் முன் அதைவிட்டு விலகவும் புதிய நாளில் அடியெடுத்து வைக்கவும் முயல்கிறேன். என் தனிமையான நேரங்களிலெல்லாம் மனதின் கூண்டுக்குள்ளிருந்து அது என்னைப் பார்த்து சப்தமிடுவதைக் கேட்க முடியும். சர்க்கஸ் கூடாரத்தின் உள்ளே இந்த அலுவலக அறையில் மேனேஜரின் பளபளக்கிற மேஜையின் முன் உட்கார்ந்திருக்கும் இந்நேரத்திலும்கூட அது தன் கர்ஜனையை அடக்கப் படும்பாடு, அதன் பரிதாபமான முடிவு எல்லாவற்றையும் உணரமுடிகிறது.

இதொரு பெரிய சர்க்கஸ் கூடாரம் என்பது சரிதான். ஆனால், எனக்குப் பிடிபடாத ஆச்சரியம் ஒன்றுண்டு. இந்த அலுவலக அறை எத்தனை அழகாகப் பராமரிக்கப்பட்டிருக்கிறது! அடுக்கு மாடிக் கட்டிடம் ஒன்றின் அதிநவீனப் பளிங்கு அறையின் பிரதிபிம்பம் மாதிரியே இருக்கும் அது. மேனேஜரின் தலைக்கு மேல் எப்போதும் ஒரு மின்விசிறி ஓடிக் கொண்டேயிருக்கும். மேசையிலிருக்கும் தொலைபேசி ஒலித்துக் கொண்டேயிருக்கும். திரும்பி நடக்கும் போது தானே சாத்திக்கொள்ளும் தானியங்கி கதவு வேறு. அறையின் ஒரு மூலையிலிருந்து ஓயாமல் சத்தமிட்டுக் கொண்டிருக்கும் டைப் ரைட்டர் மிஷின், பல அறைகளுக்குமான அழைப்பு மணியின்

சுவிட்ச்சுகள், கூஜாவில் நிறைக்கப்பட்ட புதிய தண்ணீர், பூஜாடிகள், நடுநடுவே வந்துபோகும் வேலைக்காரர்கள், பல கோப்புகளிலும் கையெழுத்திடும் மேனேஜர், வழுக்கையேறிய அகலமான அவருடைய நெற்றியில் உருண்டு விழும் வியர்வைத் துளிகள், காற்றில் வழுக்கையை மேலும் அதிகரித்துக் காண்பிக்கும் நீளநீளமான முடி... ஒவ்வொரு சலனமும் நான் ஏற்கனவே சொன்னது போல, அடுக்குமாடிக் கட்டிடத்தின் அதிநவீன அறைக்குள்ளிருப்பது போன்ற உணர்வையே நமக்குத் தரும்.

எப்படியும் இந்த அறையோடு என்னால் பொருந்திப் போகவே முடியவில்லை. இந்த அறைக்கு உள்ளே பரவும் சகிக்க முடியாத குதிரைச் சாணத்தின் மணம், இரும்புக் கம்பி கொண்டு தசையில் குத்தும் போதான ஒரு யானையின் தீனமான பிளிறல்... அடக்கி வைக்கப்பட்ட கூக்குரல்... மேனேஜரின் நாற்காலிக்குப் பின்னால் காற்றில் நடுநடுவே ஆடி அசையும் திரைச்சீலைகள். அதற்குப் பின்னால் உள்ளதையெல்லாம் நான் ஊடுருவிப் பார்க்கிறேன். எல்லாமே எனக்குப் பிடிபடுகிறது.

இங்கே நான் உட்கார்ந்திருப்பது, நிற்பதைவிட கடும் அவஸ்தையாக இருக்கிறது. குஷன் போட்ட நாற்காலிதான், நன்றாகச் சாய்ந்து உட்காரலாம். எலும்பு நொறுங்கும் விதத்தில் அடக்கி வைத்திருக்கும் என் கால்களை நன்றாக நீட்டி வைக்கலாம். மேனேஜரின் முகத்தைப் பார்த்து இந்தக் கழுத்தை வேண்டுமானால் திருப்பிக் கொள்ளலாம். எல்லாவற்றிற்கும் வசதி இருக்கிறது. ஆனால் என்னால் முடியவில்லை.

என் மிருகத்தின் சுதந்திரத்தை நான் முற்றிலும் அடக்கியிருந்தேன். ஒரு நிமிடம் அது திமிறினால் எல்லாம் நொறுங்கிப் போகும். இந்த அறையில் என்னைத் தவிர மற்றதெல்லாம் இயல்பாக இருக்கிறது. நான் எனக்கான நேரத்திற்காகக் காத்திருக்கிறேன். இப்படியொரு இக்கட்டில் மாட்டிக் கொண்ட நிமிடத்தைத் தவிர்க்கவே

முடியவில்லை. என் கனவுகளும் எதிர்பார்ப்புகளும் என்னை ஏமாற்றிவிடுமா? மற்றவர்களின் கஷ்டங்களுக்காக சுலபமாக கரைந்துபோகக் கூடியவர் மேனேஜர் என்று கேள்விப்பட்டுதான் இங்கு வந்தேன்.

எனக்கு எல்லாவற்றையும் இவரிடம் சொல்ல வேண்டும் போலிருக்கிறது. நான் இதுவரை நீந்தி வந்த அக்னிநதி, எப்போதும் முள் காட்டின் மீதேறி நின்றிருக்கும் வாழ்வு, என் கழுத்தைச் சுற்றி இறுக்கிக் கிடக்கும் கண்ணுக்குத் தெரியாத சுருக்கு, 'நான் பெரியதொரு குடும்பத்தின் துயரம் நிறைந்த கேள்விக்குறி, எப்படியாவது என்னைக் காப்பாற்றணும். உங்கள் காலில் விழுந்து கேட்கிறேன்' எனக் கதற வேண்டுமென நினைப்பேன். ஆனால் எழும் வார்த்தைகள் உள்ளுக்குள்ளேயே இழுத்துக்கொள்ளும்.

மேனேஜர் அறைக்கு ஆட்கள் வந்துகொண்டும் போய் கொண்டுமிருக்கிறார்கள். இந்த சந்தடியில் என் ரகசிய அவஸ்தையை எப்படி அவர் முன் கொட்டுவது? எதையும் மறைக்காமல் சொல்லிவிட வேண்டுமென்று நண்பர் வேறு சொல்லியிருந்தார். தீர்க்க முடியாத பிரச்சனையொன்றும் உனக்கில்லையே. போய்சொல். எல்லாம் சரியாகும். இந்த பிரச்சனையைக் கண்டிப்பாக அவர் தீர்த்து வைப்பார். அவருடைய கவனத்தில் அதுபட வேண்டும் அவ்வளவுதான் என்று தைரியம் சொல்லித்தான் அனுப்பியிருந்தார்.

அறை முழுவதிலும் வேலை நடந்து கொண்டிருக்கிறது. மின்விசிறி ஓடுகிறது. டைப்ரைட்டர் வேலை செய்கிறது. ஆட்கள் வருவதும் போவதுமாக இருக்கிறார்கள். மேசையில் தலைகுனிந்து மேனேஜர் கோப்புகளைப் பார்த்துக் கொண்டிருந்தார். திரைச்சீலைகளின் பின்னாலிருந்து ஒரு குதிரை தாவியோட முயற்சி செய்து கொண்டிருக்கிறது, ஒரு யானையின் தீனமான பிளிறல் மீண்டும் கேட்கிறது, ஒரு புலியின் அலறல், சிங்கத்தின் கோட்டுவாய். இடையிடையே வாய்க்கும் நிசப்தத்துக்குக்கூட என்னவொரு வலி!

சிஹாபுதீன் பொய்த்தும்கடவு 73

இடையே மேனேஜர் தலையை உயர்த்தி என்னைப் பார்த்தார்.

''ம்... என்ன சொல்லுங்க?''

''சார், நான்...''

டிரப்பீஸ் வித்தைக்காரியின் சாயல் கொண்ட ஒரு இளம்பெண் உள்ளே நுழைகிறாள். ஆண்களின் கண்களைப் பித்து நிலைக்கு உடனே கொண்டு போகக்கூடிய உடல்வாகு அவளுக்கு. அவள் காலடி ஓசை என்னை அமைதியாக்குகிறது. அவளுடைய வசீகரமான சிரிப்பில் லேசாக அதிர்ந்து என் கால்களுக்கிடையிலிருந்து எழும் மிருகத்தை மிதித்து அடக்கினேன். அவள் மேனேஜரைப் பார்க்க வந்திருக்கிறாள். இவள் முன்னால் எப்படி பலவீனமான என் பிரச்சனைகளின் முடிச்சுகளை அவிழ்ப்பது? யோசித்துப் பாருங்கள். கனவுகளை மட்டுமே நம்பி வாழும் ஒரு இளவயதுக்காரன் நான். அவள் இந்த அறையிலிருந்து திரும்பாமல் என்னால் ஒரு வார்த்தையைக்கூட அவர் முன் வைக்க முடியாது.

ஊருக்குப் போக விடுமுறை கேட்கத்தான் அவள் வந்திருந்தாள்.

அவள் போனவுடன் இருபக்கமும் பார்த்து மேசையில் கையூன்றி இன்னும் கொஞ்சம் முன்பக்கம் சாய்ந்து மெல்ல தொண்டையிலிருந்து என் முதல் வார்த்தையை வெளியே எடுத்தேன். ''சார்...'' அதற்குள் என் தொண்டையில் துக்கத்தின் கொழுப்பு அடைத்துக் கொண்டது. என் முயற்சிகளின் எல்லாக் கதவுகளும் அடைந்து போயின. எங்கேயிருந்து தொடங்குவது? எங்கே முடிப்பது? எல்லாப் பிரச்சனைகளும் என் முன்னால் குவியத் தொடங்கின.

ஒரு விதமாக என் சமநிலையை மீட்டெடுத்த தருணத்தில் சர்க்கஸ் கோமாளி என்று முதல் பார்வையிலேயே பிடிபடும் குள்ளமான ஒரு ஆள் அறையைத் திறந்து கொண்டு வந்தான். அவனுடைய மனைவியின் பிரசவச் செலவுக்குக் கொஞ்சம் பணம் வேண்டும் எனக் கேட்டான். நான் அவன் மனைவியைப் பற்றி யோசித்தேன்.

அவனுக்காகவே தான் கடவுள் அவளை சிருஷ்டித்திருப்பார். அவன் உடலாலும் மனதாலும் ஜனங்களுக்கு முன்னால் ஒரு கோமாளி மட்டுமே. அவனுக்குப் பிறக்கப் போகும் குழந்தையும் இப்படி குள்ளமாகத் தான் இருக்குமென்றும், இல்லை இயல்பான குழந்தையாகக்கூடப் பிறக்கலாமென்றும் கூடாரத்திற்கு வெளியே ஆட்கள் பேசிக் கொள்வதையும், சண்டைப் போட்டுக் கொள்வதையும், பந்தயம் வைப்பதையும் நான் பலமுறைக் கேட்டிருக்கிறேன்.

பணத்தைக் கொடுத்த பிறகு மேனேஜர் அலமாரியிலிருந்து ஒரு புத்தகத்தை எடுத்துத் திறந்தார். கோமாளி அங்கேயே நின்று கொண்டிருந்தான்.

மேனேஜர் என் பக்கமாய் திரும்பினார்.

''சொல்லுங்க உங்களுக்கு என்ன ப்ரச்சனை?''

நான் இப்போதும் தவித்துப் போகிறேன். கோமாளி என்னைப் பார்க்கிறான். அவன் தன் குட்டையான வளைந்த கைகளால் இடுப்பைப் பிடித்தபடி ஒரு பக்கமாகக் கால் ஊன்றி, என் பக்கமாகத் திரும்பி ஒற்றைக் கண்களால் என்னைப் பார்க்கிறான். இவனைவிட எவ்வளவோ பெரிய ஆள் நான். இவன் முன்னால் எப்படி என் பரிதாபகரமான நிலையை விளக்குவது?

கோமாளி அந்த அறையை விட்டு போகும்வரை நான் ஒன்றும் பேசவில்லை. அவர் அங்கிருந்து அகன்றதும் ஒரு நிமிடமும் தமாதிக்காமல் மேனேஜரிடம் என் பிரச்சனையை பேச ஆரம்பித்தேன். நான் அவரிடம் எல்லாவற்றையும் மனதிறந்து சொன்னேன். கடைசியில் வார்த்தைகள் தொண்டையில் இடற ஆரம்பித்தன.

என் நண்பர் சொன்னது மிகச் சரிதான். மிகவும் இளகிய குணம் கொண்ட மனிதர்தான் அவர். இல்லையென்றால் இவ்வளவு வேலை பளுக்களுக்கிடையில் சாதாரணமான என் போன்றவனின்

துக்கங்களுக்குக் காதைக் கழற்றிக் கொடுக்க எவராலும் முடியாது. எல்லாவற்றையும் சொல்லி முடித்த சோர்வோடு நான் அவர் முகத்தை எதிர்பார்ப்புடன் ஏறெடுத்தேன்.

மேனேஜர் ஏதோ ஆழமான யோசனையில் மூழ்கினார். என்னைக் காப்பாற்றும் வழியைத் தேடி மனதால் அலைகிறார் என்பது நிச்சயம்.

சிறிதுநேர மௌனத்திற்குப் பிறகு அவர் சொன்னார்.

"சரி. நீங்க ஒண்ணு பண்ணுங்க, நாளைக்குக் காலைல வந்து என்னைப் பாருங்க. நாம ஏதாவது செய்யலாம்"

மறுநாள் சீக்கிரமாகவே கூடாரத்திற்குள் போனேன். மிருகங்களுக்கு மத்தியிலிருந்த கூடாரத்திற்குள் வீசும் குதிரைச் சாணத்தின் நாற்றத்தை சுவாசித்தபடி மேனேஜரின் அறையில் நின்றிருந்தேன்.

அவர் என்னை உட்காரச் சொல்லி நாற்காலியைக் காட்டினார். அப்போதும் அவர் கோப்புகளுக்கிடையில் முகம் புதைத்து எதையோ அவசரமாக எழுதிக் கொண்டிருந்தார். இவ்வளவு பெரிய கம்பெனியின் எல்லா வேலைகளையும் இவர் தனியாக எத்தனை லாவகமாகக் கையாளுகிறார்? இந்தமுறை நான் இன்னும் கொஞ்சம் இயல்பாகத்தான் அவர் முன்னால் உட்கார்ந்திருந்தேன். நாற்காலியில் சாய்ந்து உட்காரவில்லையென்றாலும் என் கால்களை நீட்டியிருந்தேன்.

ஆனால் சட்டென நான் அதை உணர்ந்தேன். மேனேஜரின் சலனங்களில் எங்கேயும் நேற்றைய லகுவில்லை. அவர் முகத்தில் இன்னும் கொஞ்சம் கடுமை ஏறியிருந்தது. நான் இயல்பாய் இருக்க உள்ளுக்குள் கடும் முயற்சி செய்தேன்.

சட்டென, கூடாரத்தின் வேறு ஒரு திசையிலிருந்து ஏதோ சத்தம் கேட்டது. உடனே ஒரு ஆள் மேனேஜர் அறைக்கு பதட்டத்துடன் ஓடி வந்தான்.

''கூண்டு எண். 5- லிருந்து சிங்கம் தப்பித்து விட்டது சார்'' அவனுக்கு மேல் மூச்சு இரைத்தது.

மேனேஜரின் முகத்திலோ எந்தவொரு சலனமுமில்லை. கொஞ்ச நேரத்திற்குப் பின் அவர் உதடுகளிலிருந்து ஒரு மென்சிரிப்பு தவழ்ந்தது.

''எங்கப் போயிடப் போகுது. தானா வந்திடும். திரும்பி வந்தா, முணு நாளைக்கு அதுக்கு எந்தத் தீனியும்போட வேணாம். இன்னும் அகலம் குறைந்த கூண்டில் அடைக்கச் சொல்லு. இதுக்கப்பறம் அதை இணையின் பக்கத்தில் விடவே வேண்டாம். தண்டனை கொடுக்கும்போது பாவம் பாக்கக் கூடாது''

என் மனதிலிருந்து ஏதோ அசைகிறது. கூரிய நகங்களோடு பதுங்கி, பதுங்கி ஒரு காட்டு மிருகம் மேலேறி வருக்கிறது.

வந்தவன் திரும்பிப் போன பிறகு மேனேஜர் என் பிரச்சனைக்கு வந்தார்.

''உங்களுடைய பிரச்சனையை நினைத்தால் எனக்கு மிகவும் துக்கமாயிருக்கு. நீங்க வர்றது வரைக்கும் அதைத்தான் யோசிச்சிட்டு இருந்தேன். நான் இந்த கம்பெனியில என்ன மாதிரியான வேலையை உங்களுக்குத் தரமுடியும்? சொல்லுங்க''

நான் அப்படியே உள்ளுக்குள் ஒடுங்கிப் போனேன். இப்படி ஒரு கேள்வியை எதிர்பார்க்காமல் இருந்திருந்ததால் நிச்சலனமாக உட்கார்ந்து இருந்தேன்.

''உங்க ரெக்கார்ட்ஸ் எல்லாம் நான் பார்த்தேன். ஏன் பரீட்சைக்குப் போகாம விட்டுட்டீங்க?''

''நல்லா படிச்சிருந்தேன். எல்லா பதில்களும் எனக்குத் தெரிந்திருந்தது. அப்புறம் எதுக்கு பரீட்சைன்னு தோணுச்சு சார்''

என்னைப் புரிந்து கொண்டவர் போல அவர் ஆச்சரியமாக புருவம் உயர்த்தி, தலைகுலுக்கிச் சிரித்தார். உன்னைப் புரிந்து கொண்டேன் என சாந்தமாய் தன் கண்களை மூடி மௌனமானார். அதன்பின் அவர் நேரடியாக விஷயத்திற்கு வந்தார்.

''சொல்லுங்க, உங்களால் சர்க்கஸில் என்ன வேலை செய்ய முடியும்?''

''வேறு யாராலும் செய்ய முடியாத ஒன்றை என்னால் செய்ய முடியும் சார்''

அவர் சிரித்தார்

''யாராலும் செய்ய முடியாத ஒன்று... என்ன அது? உங்களுடைய அசாதாரண தன்மை என்னைக் குழப்புகிறது''

நான் பேசமுடியாமல் மௌனமாய் நின்றேன்.

திரைசீலைக்குப் பின்னால் ஒரு நாய்க் குட்டியின் மரண ஓலம் கேட்டது. கூடவே ஒரு பசித்த புலியின் அலறல் கேட்டது. கறும்பனையின் மட்டைகள் கீறி வாயில் திணிக்கும் சப்தமும், பறவைக் கூட்டங்களிலிருந்து சிறகடிக்கின்ற சத்தமும் உயர்ந்தெழுந்தன. ஏதோ ஒரு குரங்கு குரூரமான குறும்புடன் ஒரு விறகுத் துண்டை எடுத்து, யார் மீதோ எறிந்தது.

''நான் கெளம்பறேன் சார்''

மேனேஜர் எனக்கு உதவ முடியாத கையறு நிலையில் சொன்னார்.

''உண்மையைச் சொல்லப் போனா, சக மனிதனின் துயரத்தைப் புரிந்து கொள்ளக் கூடிய மனிதன் என்ற நிலையில் எனக்கு உங்களுக்கு உதவ வேண்டும் எனத் தோன்றுகிறது. இந்த சர்க்கஸ் கம்பெனியில் உங்களுக்குத் தகுந்த மாதிரி ஒரு வேலையும் இருப்பதாக எனக்குத் தெரியவில்லை. நீங்க சொன்னீங்கல்ல, இந்த கம்பெனியில் புதிதாக ஏதோ ஒன்றைச் செய்ய முடியுமென்று... ப்ளீஸ் அது என்னவென்று எனக்குச் சொல்லுங்க. புதுமை... அதுதான் ஒவ்வொரு சர்க்கஸ்

கம்பெனிக்காரர்களுக்குமான சவால். நான் உங்கள் கூடவே இருக்கிறேன். என்னிடம் சொல்லுங்க? என்ன அது?''

எனக்குள்ளிலிருந்த பதில் வெளிவராமல் முட்டிக் கொண்டு நின்றது. அதொரு மகத்தான பதில்தான். வார்த்தைகளால் சொல்ல முடியாதது. அது எனது உள்ளேயிருக்கும் மிருகத்தின் குரூரத்திலும், அதன் கோரமான நகங்களிலும் ஒட்டிக் கிடக்கிறது. எதைச் சொல்லி அதை நான் நம்பவைக்க முடியும்.

எனக்கு வியர்த்துக் கொட்டியது. எப்படியோ அவரிடமிருந்து விடை பெற்றேன்.

கையாலாகாதவனைப் போல என் பதிலில் முகம் புதைத்தேன். என் பதிலுக்கு மொழியில்லை. இதன் மொழி இனிதான் புதிதாய்ப் பிறந்து வரவேண்டும். அதைச் சொல்லி இங்கே ஒரு மனிதன் தகித்துக் கொண்டிருக்கிறான். 'வரும் நூற்றாண்டிலோ இல்லை நூற்றாண்டுகளுக்குப் பிறகோ பிறக்கப் போகும் ஒரு புது வார்த்தையின் சலனமற்ற வடிவம் நான். எனக்குத் தெரிந்திருக்கும் ஒரே ஒரு உண்மை இது ஒன்று மட்டுமே.

பரிணாமச் சக்கரத்தின் பூர்ணமில்லாத் திசைக்கு நடுவில் எதிர்பாராமல் வழி தவறிப் பிறந்து விழுந்த ஒரு மனிதக் குழந்தையை நிறைய மிருகங்கள் சேர்ந்து கொன்று தின்றுவிட்டது சார். அந்த மனிதன்தான் நான். வருங்காலத்தில் பிறக்கப் போகும் ஒரு மனிதன் எதிர்பார்க்காமல் முன் கூட்டியே பிறந்தபோது ஒரு இரவிலேயே அதன் மூச்சைத் திணறடித்துக் கொல்கிறார்கள். அது ஒரு அபூர்வ சிசு என்று பத்திரிகை செய்தியில் வந்து மீண்டுமொரு, முறை கொல்லப்படுகிறது. அப்படி பிறந்து இறந்த சிசுதான் சார் நான்'

அவனுடைய தூக்கத்தில் அந்த மேனஜர் ஆர்ப்பரித்துச் சிரித்தார். கடைசி கடைசியாக அவர் ஒரு மிருகம் போலவே இருந்தார்.

சில நாட்களுக்குப் பின் நான் மீண்டும் அந்த சர்க்கஸ் கூடாரத்திற்குப் போனேன். சர்க்கஸ் முடிந்து விட்டது என்றும்,

அவர்கள் புதிதான மேய்ச்சல் நிலங்களைத் தேடிப் போகப் போகிறார்கள் என்றும் கேள்விப்பட்டு நான் ஓடிவந்தேன்.

என் கடைசி எதிர்பார்ப்பும் தகர்ந்து போனது. அந்தச் சூழலை என்னால் சகித்துக் கொள்ள முடியவில்லை. பல நாட்களின் தூக்கமிழப்பு என் கண்களின் ஒளியைக் கூட கெடுத்திருந்தது. எதை இழந்தாவது வேலையை வாங்கிவிடும் முடிவோடு தான் நான் வந்தேன்.

நான் மூச்சிரைக்க ஓடி வந்த போது, மைதானத்தின் வெறுமையைத்தான் பார்த்தேன். கூடாரம் சுத்தமாகப் பிரித்து அடுக்கப்பட்டிருந்தது. மிருகங்கள் வரிசை வரிசையாக லாரிகளில் ஏற்றப்பட்டுக் கொண்டிருந்தன. கூடாரத்தின் நிலையிலிருந்து கடைசிக் கயிற்றையும் அவிழ்த்துக் கொண்டிருந்தார்கள். எல்லாவற்றையும் பார்த்தபடி ஒரு மூலையில் மேனேஜர் நின்றிருந்தார்.

தூரத்திலிருந்தே அவர் என்னை அடையாளம் கண்டு கொண்டார். பார்த்தவுடன் என்னருகில் வந்தார். அவர் முகத்தில் அடக்க முடியாத ஆர்வம் தெரிந்தது.

''என்ன இவ்வளவு நாளா ஆளக் காணோம்? நான் நேத்துகூட உங்களைப் பத்தி விசாரிச்சேன். இந்த கம்பெனிக்காக நீங்க புதுசா செய்யவுள்ள புதுமை உங்களுக்கு கைகூடியிருக்கும் என நம்பறேன்''

எதிர் பார்க்காத நேரத்தில் என்மீது விழுந்த அடியாக இருந்தது அது. என் சகல எதிர்பார்ப்புகளும் மேலும் கீழுமாக சிதறின. அவர் என் ஜீவரத்தத்தைப் பயன்படுத்தி ஆராய்ச்சி நடத்தும் விஞ்ஞானியாக இருக்கிறார். நான் சூழல் மறந்து அழத் தொடங்கினேன்.

''என்னால் எதுவும் முடியலை சார். எனக்கு சொந்தமான மொழியில்லை. என்னை இந்த சர்க்கஸ் கூடாரத்தில் ஏதாவதொரு மூலையிலாவது தங்க வைக்கவேண்டும். என்னை ஒரு மிருகமாக்க

வேண்டும். என் பற்கள், எலும்புகள், உடல் உறுப்புகள்... எதை வேண்டுமானாலும் என்னிடமிருந்து பிய்த்து எடுத்துக் கொள்ளுங்க சார்...''

மேனேஜர் என் முதுகில் தட்டி என்னை ஆசுவாசப்படுத்தினார்.

''உங்களை ஒரு மிருகமாக்கக் கூடிய சாத்தியங்கள் என்றோ முடிந்துவிட்டது நண்பரே. காலங்களின் பெரு வெளிகளில் சுற்றியலைந்து மீண்டும் இந்த மைதானத்திற்கு நாங்கள் வருவோம். அதற்குள் உங்களுக்கு, உங்கள் புதிய எண்ணத்திற்கு வலு கூடியிருக்கலாம். அப்போது பார்க்கலாம்''

கூடாரத்தின் கடைசி நிலைக்கழியும் பிடுங்கி வாகனத்தில் ஏற்றப்பட்டிருந்தது. மேனேஜருக்காக மட்டும் வண்டி காத்திருந்தது. இந்த மைதானத்தின் நடுவில் நடப்பட்ட உயிரற்ற காய்ந்த மரம் போல உணர்வற்ற மொழியுடன், மொழியற்ற உணர்வுடன் நான் ஜடமாக நின்றுகொண்டிருக்கிறேன்.

ஒற்றைகாலில்...

இருட்டில்...

மழையில்...

வெயிலில்...

நீண்ட நெடுங்காலமாக...

டிராகுலா

நான் சையத் அலியின் பக்கத்து வீட்டுக்காரன். அவர் இன்றோ நாளையோ இறந்துவிடுவார். அதற்குள் அவரைப் போய் பார்க்கவேண்டும்.

"அதற்குள் நீ போய் பார். எப்போது உயிர் போகும் என்று தெரியவில்லை. பிறகு மனதில் அதுவே பாரமாக மாறிவிடும்" அம்மா கூடச் சொன்னாள்.

சரிதான். இறந்து போனபிறகு நாம் யாரையும் பார்க்க முடியாதல்லவா? கடவுளின் விளையாட்டே அதுதானே.

சையத் அலியை ஒதுக்கிவிட்டு எந்த வரலாறும் இந்த பிலாபரம்பு ஆட்களுக்குச் சாத்தியமில்லை. அவர் பிலாபரம்பின் ஒரு அங்கம். அது அவருக்கு ஒரு பட்டத்தையும் வழங்கியிருந்தது. அப்படித்தான் சையத் அலி 'சந்தேகம்' சைதலிக்காவானார்.

அவர் பிறப்பு சாத்தானுக்கு எந்த வேலையும் இல்லாமல் செய்துவிட்டது என பிலாபரம்பு ஆட்கள் சொல்லக் கேட்டிருக்கிறேன். ஏனென்றால் புறம்பேசுதல், கோள் சொல்லுதல், நிந்தித்தல், கலகமூட்டல் போன்றவற்றின் மொத்த உருவமாக அவரே இருந்தார்.

✦ *(இக்கா- அண்ணன்)*

வேலையில்லாமல் போன சாத்தான் பல நாட்கள் கொட்டாவி விட்டுக் காத்திருந்து விட்டு சலித்து பிலாபரம்பிலிருந்து மலையேறிவிட்டது.

அதை விரட்டியடித்த வீர சரித்திர காண்டத்தில் சையத் அலியின் பங்கு அளப்பரியது. எல்லாவற்றையும் சொல்லிவிட முடியாது. சில உதாரணங்களாக...

முடங்கிப்போன திருமணங்கள் 29½, (½ என்றால் நிக்காஹ் முடிந்த உடனே முடங்கியதும், முதலிரவு நடந்திராத ஒரு நிகழ்வையும் சேர்த்துதான்) குட்டிச்சுவரான திருமண பந்தங்கள் 43 ½, (½ என்றால் முதலிரவு நடந்த பிறகு விட்டுப்போக முடியாமல் தனித்தனி அறையில் ஊர்க்காரர்களைத் திருப்திப்படுத்துவதற்காக வாழ்தலையும் சேர்த்துதான். இந்த மண முறிவுகளில் அவர் பங்களிப்பாக ஏராளமான கடிதங்களை கல்ஃபு நாட்டிற்கு அனுப்பியுமிருக்கிறார்) எல்லைத்தகராறு 34, வழித்தகராறு 52 இன்னபிற...

மூடிக்கிடக்கும் கதவு. தாழிடப்பட்ட அறையில் அகாலத்தில் எரியும் விளக்கு. ஏதோ யோசனையில் தன்னை மறந்த நிலையிலிருக்கும் திருமண வயதடைந்த பெண், அனுப்புதல் முகவரி எழுதப்படாத கடிதங்கள் - இதையெல்லாம் பார்த்தால் "இங்கே என்னென்னவோ நடக்குது!" என சையத் அலிக்குத் தோன்றும்.

வெறுமே அடைந்து கிடக்கும் கதவை அப்படியே பார்த்துவிட்டுப் போக அவரது மனம் ஒரு நாளும் அனுமதிப்பதில்லை. இதைக் கடந்து தன் வீட்டிற்குப் போனால் தூக்கம் வரவேண்டாமா? மெதுவாக அந்தக் கதவுக்கு அந்தப்பக்கமும் இந்தப்பக்கமும் நடந்து காதைக் கூர்மையாக்கி கவனிப்பார். சப்தம் எழுப்பாமல் சுற்றிலும் கள்ளக் கண்களால் நோட்டமிடுவார். பிறகு தைர்யமாக பதற்றத்தை மறைத்துக் கொண்டு, கதவைத் திறந்து உள்ளே போய்ப் பார்ப்பார். அவருக்கு உள்ளே என்ன நடக்கிறது எனத் தெரிந்தாக வேண்டும். எதுவும் கிட்டாத நிராசையோடு திரும்பும்போது யாராவது ஊர்க்காரனைப் பார்க்க நேரிடும்.

‘‘என்ன சைதலிக்கா இங்கே நின்னு பம்மறீங்க?’’

‘‘அதெல்லாம் ஒண்ணுமில்ல... வீடு பூட்டாமல் சாத்திக் கிடக்கேன்னு பாத்தேன்’’

‘‘வீட்ல யாருமில்லையா?’’

அர்த்தம் பொதிந்த வார்த்தைகளில் சையத் அலி சொல்வார், ‘‘யாரும் உள்ள இல்ல...’’ பிறகு ஒரு படபடப்புடன் இழுத்தபடி,

‘‘ஆனா இங்க என்னென்னவோ நடக்குது’’ என்பார்.

‘‘எங்கே சைதலிக்கா?’’

எதிராளி உஷாராவதைச் சட்டென உணர்ந்து அபாயம் புரிந்து சைதலிக்கா சமாளிப்பார்,

‘‘ம்... அல்லா... நம்ம ஊரில... ம்... பழைய ஊர்தானே இது. இங்கே என்னென்னமோ நடக்குது. பாத்தீங்கன்னா நம்ம குழலப்பம் குஞ்ஞாமுதின் குவாட்டஸில...’’

‘‘குவாட்டஸில என்னா?’’

சையத் அலியின் முகபாவம் மாறும். ‘‘நான் எதுக்கு இதையெல்லாம் பேசி வாயைக் கெடுத்துக்கணும். இந்த ஊர் கெட்டுடிச்சு. அவ்ளோதான்’’

அவ்வளவுதான். விறுவிறுவென நடப்பார்.

திறந்த வாய் போன்ற அறை, ஊரைச் சுற்றிலும் எப்போதும் கிசுகிசுப்பு, புறம் சொல்லுதல், கோள் சொல்லுதல், தூஷணை என்ற வரிசையில் பிலாபரம்பில் ஒரு செக்ஸ் ஜர்னலிசத்தின் ரசம் போல மூடி நிற்கிறது.

ஒரு நாள் பாலத்தைக் கடப்பதற்கு முன் தோணியில் நானும் சைதலிக்காவும் தனியே வந்து கொண்டிருந்தோம்.

''இன்னும் வேலை கிடைக்கலியா தம்பி?''

''இல்ல''

''வாத்தியார் வேலைக்குப் போகலயா?''

''டுடோரியலுக்குப் போறதில்ல''

''ஏன்?''

''பசங்க கம்மியா இருக்காங்க''

நீர் நிறைந்து ததும்பி அகலமான ஆற்றின் நட்டநடுவில் எங்கள் தோணி போய்க் கொண்டிருந்தாலும், சுற்றிலும் ஒருமுறை முன் ஜாக்கிரதையோடு பார்த்துவிட்டு ஒரு இரகசியம் போல மெல்லிய குரலில் கேட்டார்,

''பொம்பளப் பசங்க யாருமில்லையா டுடோரியல்ல படிக்க?''

கேள்வியின் ஆழமேறிய விரிவையும் அகலமான சாராம்சங்களையும் நினைத்து நான் சிரிப்பை அடக்கிக் கொண்டே. ஆனாலும் அவருக்காக,

''ஆண்கள் மட்டும் படிக்கும் கல்லூரிதான் அது'' என்றேன்.

சையத் அலியின் முகம் தெளிவானது. தோணி கரையைச் சேரும் முன்பாக நான் கேட்டேன்.

''கட்டின மூன்று மனைவிகளும் உங்கள விட்டுப் போக என்ன காரணம் சைதலிக்கா?''

ஆழம் குறைந்த நதி. சைதலிக்கா கோபத்துடன் என்னைப் பார்த்தார். உளி போன்ற பற்கள் நீண்டன. கண்களில் சிவப்பேறுகிறது. நான் பொங்கும் சிரிப்பை அடக்க முடியாமல் தவித்தேன்.

இறுதியில்...

''டுடோரியலிலிருந்து உன்னை வெளியே அனுப்பிச் சிட்டாங்களா? உண்மையைச் சொல்லலாமே. முன்பெல்லாம் உனக்கு

இந்தப் பழக்கம் இல்லாமல் தானிருந்தது. இந்த ஊரில் ஒரு பெண் குழந்தையின் முகத்தைப் பார்த்து நீ பேசுவதை நான் பார்த்ததில்லை... ஊரே மாறிப் போயிடுச்சு. இந்த ஊர்ல என்னென்னமோ நடக்குது''

இது நடந்து ஒரு வாரம்கூட முடியவில்லை.

என் சகோதரியின் கல்யாணப் பேச்சு வார்த்தை எந்தக் காரணமுமின்றி நின்று விட்டது.

பிறகு ஒரு மாதம் முடியவில்லை.

தெருவில் நடந்த தகராறின் சப்தத்தில்தான் அன்றைய தூக்கம் கலைந்தது. வெளியே போய்ப் பார்த்தால் என் தம்பியும் தாய்மாமாவின் மகன் தாஜூவும் தெருவில் நின்று பயங்கரமாக சண்டைப் போட்டுக்கொண்டிருந்தார்கள்.

பனையேறி கோரன் இறங்கலாமா ஏறலாமாவெனப் புரியாமல் தென்னை மரத்தின் மத்தியில் எக்கிப் பிடித்தபடி கீழே நடப்பதைப் பார்த்துக் கொண்டிருந்தான். இலவசமாகக் காலையிலேயே ஒரு சண்டைக் காட்சியைக் காணும் ஆவல் மேலிட, ஆட்கள் வட்டமாய் நின்று கொண்டிருந்தார்கள்.

''என்ன பிரச்சனை?''

என் குரல் கேட்டவுடன் தம்பி சண்டையிலிருந்து பதுங்கி, பின் வாங்கினான். அதன்பின் அவ்விடம் அமைதியானது. தாஜூ அப்படியே முகம் சிவக்க, பற்றியெரிவது போல நின்றிருந்தான்.

''இத்தனை நாளா எங்களை ஏமாத்திட்டியே? இனி தேங்காயையும், மிளகையும் நாங்கதான் பறிப்போம்''

எனக்கு முதலில் ஒன்றுமே புரியவில்லை. பக்கத்து வயல் தாய்மாமாவுடையது. அதைப் பார்த்துக் கொள்வது மாமாவின் பிள்ளைகள். இதுவரை இப்படியான எல்லைப் பிரச்சனை உண்டாகவில்லை. தாஜூ முற்றிலும் மாறிப் போயிருந்தான்.

''என்னாச்சு தாஜு'' நான் பொறுமையாய்க் கேட்டேன்.

''ஒண்ணும் ஆகல, இனி இந்த மரத்திலிருந்து நாந்தான் தேங்கா பறிப்பேன். இது எங்களோட நிலம்''

''இது மட்டுமில்லை தாஜு, எங்க நிலமும் உங்களோடதுதான். அம்மா அப்பாவை இழந்து அனாதையா நின்னுட்ட பிள்ளைகளான எங்களை மிகவும் கஷ்டப்பட்டு வளத்து, படிக்க வச்சு, இந்த வீட்டையும் நிலத்தையும் தந்ததெல்லாம் உன்னோட அப்பாதான். எங்கள் தங்கமான தாய்மாமன். அவர் சாகும்போது உனக்கு மூணு வயசு''

எதற்கோ என் கண்கள் நிறைந்து தளும்பியன. மௌனமாக நின்ற தாஜுவின் தோளில் நான் கை வைத்தேன். அவன் கண்களும் நிறையத் தொடங்கின.

மாலையில் தாஜுவோடு கொஞ்சதூரம் நடக்க வேண்டும் போலிருந்தது.

நடந்தோம்.

அவன் தன் தவறை உணர்ந்து கொண்டான்.

அப்பாவை ஏமாற்றி சொத்தை நாங்கள் கையகப்படுத்திய கதை, எல்லையிலிருக்கும் தென்னை மரத்திலிருந்து நாங்கள் பலன் அனுபவித்துக் கொண்டிருப்பது, இப்படி இன்னும், இன்னும்...

''யார் இப்படியெல்லாம் உன்னிடம் சொன்னார்கள் தாஜீ?''

தயங்கினான். ஆனாலும் அவனால் அதைச் சொல்லாமல் இருக்க முடியவில்லை.

''சைதலிக்கா...''

மறுநாள் சாலையில் திரும்பி, வயலில் இறங்கும்போது எதிர்பாராமல் சைதலிக்கா.

என்னைப் பார்த்தவுடன் பம்மினார்.

"வாங்க சைதலிக்கா, ஒரு டீ குடிக்கலாம்"

திடுக்கிட்டு நிற்கும் சையத் அலியைப் பார்த்து பயமுறுத்துவதுபோல மீண்டும் இன்னும் கொஞ்சம் குரலுயர்த்தி நான் சொன்னேன்.

"வாங்க சைதலிக்கா, ஒரு டீ குடிக்கலாம்"

என் குரலிலிருந்த கடுமை அவரைப் பணிய வைத்தது.

நாயர் கடையில் டீக்கும் பணியாரத்திற்கும் ஆர்டர் செய்தேன். இருவரும் ஒன்றும் பேசிக் கொள்ளவில்லை. புரிந்து கொள்ள முடியாத ஒரு பின் நவீனத்துவக் கதையை வாசித்து கையறு நிலையில் நிற்கும், ஒரு பாவமான வாசகனைப்போல டீயை அவர் ஊதி ஊதிக் குடித்தார். நடுநடுவே பணியாரத்தைப் பிய்த்து யாரும் பார்க்காத நேரத்தில் கவனமாய் வாசனை பிடிக்கவும் செய்தார்.

"பயப்பட வேணாம் சைதலிக்கா, நான் விஷமெல்லாம் வைக்கல, தாராளமா சாப்பிடுங்க"

திரும்பி வரும்போது, அவரே எதிர்பார்க்காத நேரத்தில் அவர் கைகளைப் பற்றிக் கொண்டேன்.

"சைதலிக்கா என்னை மன்னிக்கணும், அன்னிக்கு ஏதே ஒரு மனநிலையில உங்க மூணு பொண்டாட்டிகளும் உங்களைவிட்டுப் போயிட்டதைப் பத்திக் கேட்டுட்டேன். இப்போ அதுக்காக மன்னிப்பு கேட்டுக்கிறேன்"

என் பாக்கெட்டிலிருந்து நூறு ரூபாய் நோட்டையெடுத்து அவரிடம் நீட்டி,

"வாழ்க்கையில் இதுவரை யாருக்கும் நான் லஞ்சம் கொடுத்ததில்லை. நீங்கள் இதை வாங்கிக்கணும். இனி எந்த

பிரச்சனையிலும் என் பேரைச் சேர்த்து நீங்கள் யாரிடமும் எதையும் சொல்லக்கூடாது''

அவர் அதிர்ந்துபோய் விட்டார்?

இல்லை. எனக்கு அப்படித் தோன்றியது. அவர் அந்தப் பணத்தை வாங்கி பாக்கெட்டில் வைத்தபடி மிகவும் கௌரவத்துடன் மிகப்பெரிய பொறுப்பை ஏற்றுக் கொள்வது போலச் சொன்னார்.

''ம்... நான் கொஞ்சம் யோசிக்கிறேன்''

இப்போது சையத் அலியைப் பார்க்க ஆஸ்பத்திரிக்குப் போகிறேன் என்றறிந்து தாஜு சொன்னான்.

''நானும் வரேன், எந்த நிமிடமும் போயிடும்ன்னு சொல்றாங்களே, இனியாவது நம்ம ஊரு தப்பிச்சுக்குமா?''

நான் மறுத்துச் சொன்னேன், ''வேண்டாம் தாஜு, இந்த உலகத்தில் ஒவ்வொருத்தரும் அவரவர்களின் பாடங்களைப் படித்தே தீர்க்கிறார்கள். சிலருக்குத் துயரமே வாசிக்கக் கிடைக்கிறது, சிலருக்கு நிறைய எழுத்துப் பிழைகள், சிலரது பக்கங்களே கிழிந்தவைதான். சிலரது பக்கங்கள் வாசிக்க முடியாத அளவிற்கு நிறம் மங்கியிருக்கும். நாம் வலியப் போய் யாரையும் குற்ற உணர்விலாழ்த்த வேண்டாம்''

மருத்துவமனையில் அவசரப் பிரிவில் தாறுமாறாய் ஏறி இறங்கும் நெஞ்சுக் கூட்டோடும், கண்கள் எங்கேயோ சொருகி நிற்க படுத்துக்கிடத்தார் சையத் அலி.

மூக்கில் செருகின ட்யூப் வழியாக உணவு போய்க் கொண்டிருந்தது. ஆக்ஸிஜன் மாஸ்க், பக்கத்திலேயே கழட்டி வைக்கப்பட்டிருந்தது. டிரிப்பில் துளித்துளியாய் மருந்து, சோர்ந்து போன நரம்புகளில் தயங்கித் தயங்கி கடந்து கொண்டிருந்தது. எங்களைப் பார்த்ததும் எதையோ சொல்ல முயற்சிக்கிறார் சையத் அலி. அவருடைய பார்வை சூன்யத்தில் எங்கோ சரிந்து குத்திட்டு

நிற்கிறது. ''ஏய் அங்கப் பாரேன்'' என்ற அர்த்தம் அதிலிருந்தது. சோர்ந்து போன அவர் கைகளைத் தொட்டேன்.

''என்னைத் தெரியுதா சைதலிக்கா?''

''ஆம்'' என்ற அர்த்தத்தில் தலையசைத்தார். மீண்டும் கண்கள் சூன்யமாய் குத்திட்டு நின்றது. அப்போது வார்டு டாக்டர் நோயாளிகளைப் பார்வையிட வந்தார். நாங்கள் வெளியே வந்து நின்று கொண்டோம்.

''உங்க விஷயத்துவ இவர் ரொம்ப மோசமா நடந்துக்கிட்டார். அதான் உங்களைப் பார்க்க முடியாம வேறெங்கோ பார்க்கிறார்''

''பாவம்''

''கடைசி காலத்தில் அவர் தனக்குத்தானே செய்துகொண்ட இந்த ஆபரேஷன்தான் அவரை இந்த நெலமைக்குக் கொண்டு வந்திடிச்சு''

புதிதாய் இப்படி ஒரு தகவலைச் சொல்லும் தாஜூவைப் பார்த்தேன்.

''நாலாவதா ஒரு பொண்டாட்டி கட்டணும்ன்னு இவருக்குப் பெரிய ஆசையிருந்தது. ஆனா உடம்பு ஒத்துக்கல. ஒரு ஆபரேஷன் முடிச்சா எல்லாம் சரியாயிடுன்னும், அப்புறம் மனைவி விட்டுட்டு போகமாட்டாள்ன்னும் டாக்டர் வாக்குறுதி கொடுத்திருந்தாராம். அதை நம்பி இவரும் நெறைய பணம் கொடுத்திருக்கிறார். விளையாட்டு வினையாப் போச்சு''

சொன்னவன் நிசப்தனான்.

''இந்த ஆஸ்பிடலில் வேலை பார்க்கும் என் ஃபிரண்ட்தான் சொன்னான். அவருக்கு பிறப்புறுப்பில் புற்று நோயாம். கடைசிக் கட்டமாம்''

துக்கத்தில் எனக்குத் தொண்டை எரிந்தது. விபரீதத் திசையில் சக ஜீவன்களைப் படிக்க விதிக்கப்பட்ட ஒரு ஜென்மம்.

ரவுண்ட்ஸ் முடித்தபிறகு டாக்டர் வெளியே போனார். சொல்லிவிட்டுப் போக மனம் வராமல் நான் அப்படியே நின்றிருந்தேன். வார்த்தைகள் படித்துத் தீர்க்க முடியாத பக்கங்களாய் கனத்தன.

சையத் அலி மீண்டும் சூன்யத்தை வெறித்தபடியிருந்தார். நடுவில் ஏதோ சொல்ல முயன்ற கண்களில் ஈரம் படர்ந்தது.

''சைதலிக்கா, உங்களுக்காக வேண்டிக் கொள்கிறோம். அல்லாதானே எல்லாரைவிடவும் பெரியவர்''

வெளியே போக விடாமல் தடுத்து, அவரின் தளர்ந்த கைகளால் என்னைப் பிடித்தார். பலமில்லாத குளிர்ந்த கை. எதையோ சொல்ல முயற்சிக்கும் துடிப்பு அந்தக் கண்களில் உந்தி நின்றது. நான் என் காதை அவர் உதட்டோடு வைத்தேன். அது போலவே தாஜூவும்.

அவர் முணுமுணுத்துச் சொல்கிறார்.

''அந்த அறையைப் பாத்தியா?''

அவர் கைக்காட்டிய திசையில் நான் திருப்பினேன்.

அடைக்கப்பட்ட கதவுள்ள ஒரு அறை.

''அதுக்குள்ள ஒரு நர்ஸ் இருக்கா''

அவருக்கு சுவாசம் ஒருமுறை ஏறி இறங்கியது.

சையத்தலி முனகினார்.

''பின்னால் ஒரு ஆம்பள டாக்டரும்... ரொம்ப நேரமாச்சு... இன்னும் ரெண்டு பேரும் வெளிய வரல''

''பரவாயில்லை சைதலிக்கா, அது மார்ச்சுவரி''

மீண்டும் எதையோ சொல்ல முயன்றார். ஆனால் அவர் சுவாசம் நெஞ்சுக்கூட்டில் ஒடுங்கி வில்போல வளைந்து கடைசி தவணை போல முட்டித் துடித்தது.

‘‘மார்ச்சுவரின்னா என்ன?’’

மீண்டும் ஆக்ஸிஜன் மாஸ்க்குடன் முற்றிலும் முகம் மூடிய நிலையில் சையத் அலி.

திரும்பி வரும்போது இடதுபக்கத்தில் தாழிடப்பட்டிருந்த மார்ச்சுவரியின் முன்னால் வந்தபோது தாஜுவின் நடை மந்தமானது.

‘‘ஏன் நின்னுட்டே?’’

‘‘நாம இதைத் திறந்து பாக்கலாமா?’’

‘‘எதை?’’

‘‘இந்தப் பிணவறையை’’

பிணவறையின் இருட்டிலிருந்து ஓராயிரம் வௌவால்கள் போக்கிடம் கிடைக்காமல் சிறகடித்துப் பறக்கும் சப்தம் கேட்டது.

யாருக்கும் வேண்டாத கண்

இருள் சூழ்ந்த பாதையிலிருந்து சமீபத்தில் எனக்கொரு கண் கிடைத்தது. இருட்டில் அதொரு வால் நட்சத்திரம் போல மின்னியது. அந்த மின்னலின் ஒளிக்கீற்று என் பார்வையில் படவில்லையானால் ஒருவேளை நான் அதை மிதித்து நசுக்கி நடந்து போயிருப்பேன்.

ஒரு சிறு சந்திலிருந்து வெளிச்சமுள்ள இடத்திற்கு வந்து நின்று நன்றாகப் பார்த்தபோதுதான் அதென்ன பொருள் என்று சரியாக உணர முடிந்தது. உணர்ந்தபோது அப்படியே உறைந்து போனேன். அது ஒரு கண். கண்ணே தானா? யாருடையது? எந்த மனிதனின் ஒற்றைக் கண்? எப்படி தொலைந்து போயிருக்கும்? எப்போது காணாமல் போயிருக்கும்? இப்படியான நிறைய கேள்விகள் என் முன்னால் பதில் கிடைக்காமல் அப்படியே வரிசையாக நின்றன.

ஆனால் கண்ணுக்கு உயிர் இருக்கிறது. அதனுடைய இமைகள் திறக்கவும் மூடவும் செய்கிறது. கருமணி பதட்டத்துடன் யாரையோ தேடிக் கொண்டிருந்தது. முடிவில் அதன் பார்வை பரிதாபத்துடன் என்னில் நிலைத்து நின்றது. என்னைப் பார்த்த பார்வையில் அடர்ந்த துக்கத்தின் சிவப்பு பரவியிருந்தது. கண்ணில் நீர் முட்டித் ததும்பி நின்று கருமணியை உருட்டி உருட்டி எதையோ கத்திச் சொல்லத் தேம்பியது போலவே இருந்தது. நான் பார்வையாலேயே அதை உள்வாங்கிக்

கொண்டேன். எனக்கு உள்ளுக்குள் இதொரு பிரத்யேகமான பிரச்சனையாக மாறிவிடுமோ என்ற எண்ணமும் சட்டெனப் புகுந்தது.

இந்த ரகசியத்தை என் மனைவியுடன்தான் முதலில் பகிர்ந்துகொண்டேன். இரவு உணவுக்குப்பிறகு சாந்தமான சூழலில் நான் கைக்குட்டையில் மடித்து வைத்திருந்த கண்ணை அவள் முன் பிரித்துக் காட்டினேன். நடந்த சம்பவங்களையெல்லாம் சுருக்கமாகச் சொன்னேன். அதைக் கேட்ட நிமிடத்தில் அவள் பயந்து நடுங்கினாள். நான் சாதாரணமாகச் சொன்னேன்.

''இதில அப்படி பயப்படறதுக்கு ஒண்ணுமில்ல. இந்தக் கண்ணுக்குரியவன் ஒருவன் இருப்பான், இதை அவங்கிட்ட சேத்திடலாம்''

''எப்படி?''

''விடிஞ்சதும் நாம இத போலீசில ஒப்படைச்சிடலாம். கண்ணுக்குரியவங்க போலீஸ் ஸ்டேஷனுக்குப் போகாம இருக்க மாட்டாங்க''

''நீங்க இவ்வளவு அறிவில்லாத மனுஷனா இருக்கீங்களே. போலீஸ் ஸ்டேஷன்ல உடனே உங்கள லாக்கப்பில் தள்ளிடுவாங்க. அதுக்கப்பறம் கண்ணோட மீதி பாகங்கள் எங்கன்னு உங்ககிட்டயிருந்தே சொல்ல வச்சிடுவாங்க. சும்மா ஆகாத வேலைக்கெல்லாம் போகாதீங்க. இது எங்க இருந்து கெடச்சதோ அங்கேயே கொண்டுபோய் போட்டுடுங்க. அதுதான் புத்திசாலித்தனம்''

அதன்பிறகு நானொன்றும் சொல்லவில்லை. அவள் பேசியவற்றின் முதல் பாகம் யோசிக்க வேண்டியதும், இரண்டாம் பாகம் மிகக் குரூரமாக இருப்பதாகவும் எனக்குத் தோன்றியது. மனைவி என் மனதைப் புரிந்து கொள்ளாமல் போய்விட்டாளே. அவள் சொன்ன புத்திசாலித்தனத்தோடு என்னால் ஒருபோதும் பொருந்திப்போக

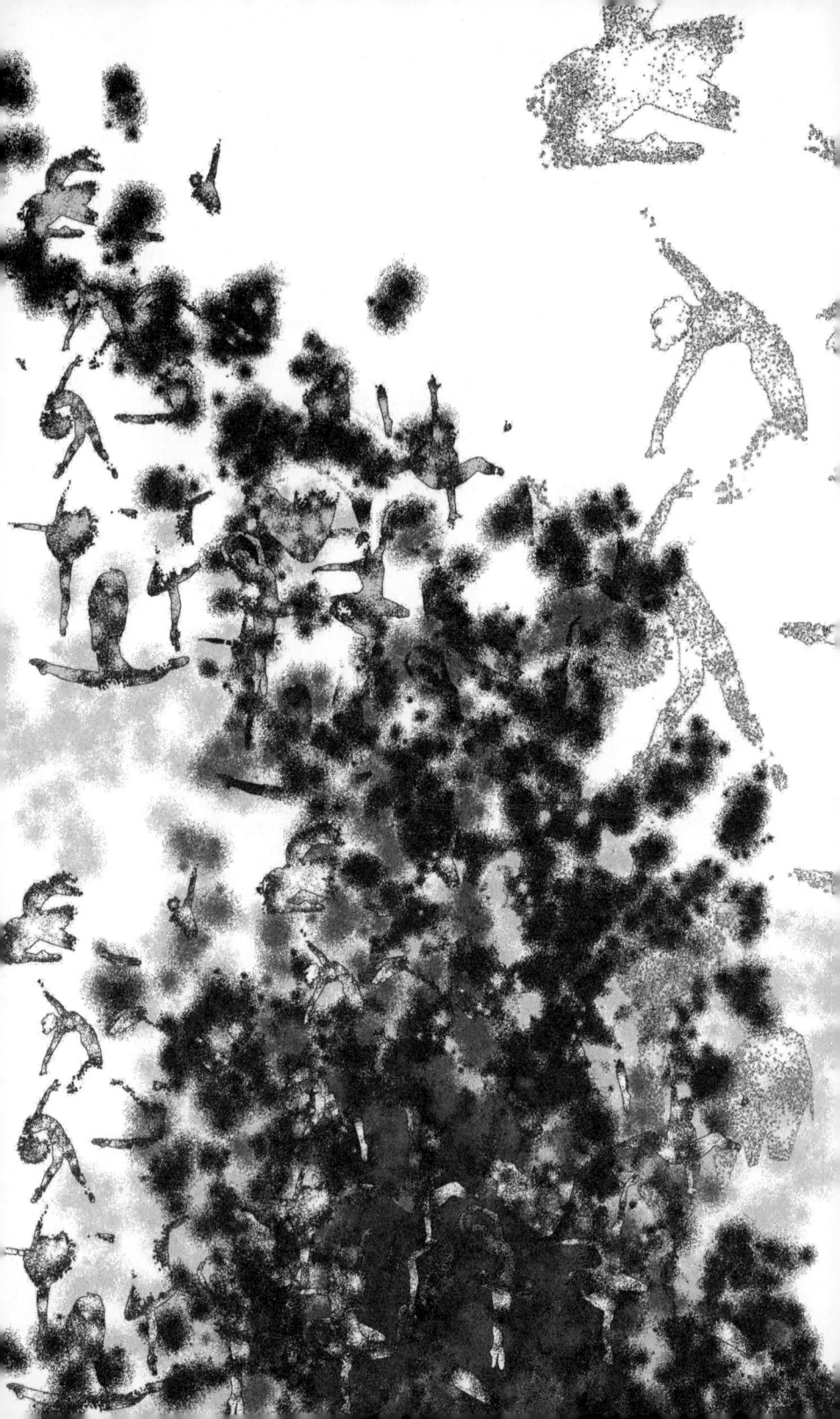

முடியாது. இந்தக் கண்ணை நடுத்தெருவில் போட்டுவிட்டு வரும் நினைப்பே எனக்கில்லை. கண்டெடுத்த இடத்திலேயே மீண்டும் போட்டுவிட்டால் நாய்களோ, நரிகளோ அதைப் பார்த்தால் என்ன ஆகும்?

கண்ணின் கருணை பூர்வமான பார்வை என்னை மிகவும் கரைய வைத்தது. அதில் பயம் கலந்த பாவத்தையும் ஒரு வேண்டுகோளையும் உணர முடிகிறது. பார்த்துக் கொண்டிருக்கும் போதே கண்ணில் நீர் நிறைந்து தளும்பத் தொடங்கியது.

"அழாதே... உன்னை உரியவரிடத்தில் நான் எப்படியும் சேர்த்து விடுவேன்" நான் தேற்றினேன்.

மகிழ்ச்சியில் அதன் இமைகள் படபடவென அடிக்கவும், அதிக நேரம் அந்த சந்தோஷத்தில் தோய்ந்திருக்கவும் செய்தன.

மறுநாள் நகரத்தின் புகழ்பெற்ற மாலைப் பத்திரிகையில் ஒரு விளம்பரம் கொடுத்தேன்.

"...நகரத்திலிருந்து ஃபெரோஸ்புரம் கிராமத்திற்குத் திரும்பும் வழியில் ஒரு பொருளைக் கண்டெடுத்திருக்கிறேன். பொருளைத் தொலைத்தவர்கள் சரியான அடையாளத்தைச் சொல்லிப் பெற்றுக் கொள்ளலாம். கீழே கொடுக்கப்பட்டுள்ள முகவரியில் தொடர்பு கொள்ளவும். மிக அவசரம்..."

விளம்பரத்தைப் பார்த்து பலரும் என்னைத் தேடி வந்தார்கள். சமூகத்தின் பல அடுக்குகளிலிருந்தும் அவர்கள் வந்திருந்தார்கள்.

அவர்களில் புரோகிதரும், வியாபாரியும், கவிஞரும், பத்திரிகையாளரும், திருடனும், பிக்பாக்கெட் அடிப்பவனும், சினிமாக்காரர்களுமெல்லாம் இருந்தார்கள்.

அவர்களிடமிருந்து கிடைத்த தகவல்களிலிருந்து யாரும் அப்படி ஒரு கண்ணைத் தொலைத்திருக்கவில்லை என்பது தெளிவானது.

புரோகிதர் அவருடைய டைரியைத் தொலைத்திருந்தார். அதில் இருக்கும் ரகசியங்களை வெளியில் சொல்லாமல் இருந்தால் ஒரு லட்சம் ரூபாய் வரை எனக்குத் தர அவர் தயாராக இருந்தார். வியாபாரியோ, விற்பனை வரி விதிப்பவர்களை ஏமாற்ற, தயாரிக்கப்பட்ட ஆவணங்களைத் தொலைத்திருந்தார். என் காலில் விழ குனிந்து உடம்பைக் குறுக்கி கெஞ்சிய அவரும் என் முன்பாக பணக்கட்டுகளை நீட்டினார்.

கவிஞனோ தான் புதிதாய் எழுதிய முக்கியமான கவிதைகளின் முதல் படியைத் தொலைத்திருந்தான். சொந்த துக்கத்தின் அடர்த்தியான வண்ணம் கொண்டு எழுதப்பட்ட அந்த வரிகள் நியாபகத்திலிருந்து மீட்டெடுக்க முடியாத தூரத்தில் மாய லோகத்தில் சஞ்சரிக்க ஆரம்பித்து விட்டிருந்தன. அந்தக் காகிதத் துண்டுகள் கிடைத்தால் உலகின் உன்னத வரிகளாக அவை அங்கீகரிக்கப்படுமாம்.

நிராசையோடு கவிஞன் ஒரு பைத்தியக்காரனைப் போல திரும்பிப் போனான். ஒவ்வொருவரின் தேவையும் வேறு வேறாக இருந்தது. ஆனால் என் கையிலோ ஒற்றைக் கண் மட்டும் மலங்க மலங்க விழிந்தபடி பார்த்துக் கொண்டிருக்கிறது.

அப்பத்திரிகை விளம்பரத்திற்குப்பிறகு நான் அதிக நாட்கள் காத்திருந்தேன். யாரும் வரவில்லை. தவறி விழுந்துவிட்ட அக்கண் மேலும் துக்கத்தின் கணத்தில் எனக்கு பாரமேற்படுத்தியது.

"நம்பிக்கையைக் கைவிட வேண்டாம். நானில்லையா உனக்கு? நான் சரியான நபரிடம் உன்னைச் சேர்த்துவிடுவேன், கவலைப்படாதே"

இதற்கிடையில் கையில் கிடைக்கும் எல்லா விதமான பத்திரிகைகளையும் சல்லடை போட்டு வாசிக்கத் தொடங்கியிருந்தேன். எங்கேயாவது, யாராவது கண்ணைத் தொலைந்த செய்தியோ அல்லது விளம்பரமோ தென்படுமாவெனத்

தேடத் தொடங்கியிருந்தேன். ஆனால் அப்படி எந்தச் செய்தியும் இல்லை. பிறகு அது வீண் வேலை என்று புறந்தள்ளினேன்.

வாரங்கள் கடந்தன. அக்கண்ணின் எதிர்பார்ப்பு மங்கத் தொடங்கியிருந்தது.

இம்முறை மாவட்டத் தலைநகரிலிருந்து வரும் பத்திரிகையில் விளம்பரம் கொடுத்தேன். முன்பு ஏற்பட்ட அனுபவங்கள் இன்னும் அதிகமாக என்னைத் தேடி வந்தன. அதைத் தவிர வேறெந்த முன்னேற்றமும் ஏற்படவில்லை. இப்படியாகப் போய்க்கொண்டிருந்த நாட்களின் இடையில் ஒருநாள் அக்கண்ணிடம் கேட்டேன்.

"கண்ணே, யாரும் உன்னைத் தேடி வரவில்லை. அப்படி கண்ணைத் தொலைத்த ஆள் பூமியில் இருக்கிறானா என்பதே எனக்கு சந்தேகமாக இருக்கிறது. எவ்வளவு நாட்கள் இப்படியே காத்திருப்பது? உன் பார்வை மங்கிப் போகும் முன் நீ யாருக்காவது பயன்பட வேண்டுமே? அதனால் உன்னை நானொரு கண் வங்கியில் ஒப்படைத்து விடட்டுமா?"

கண்ணின் கருமணியின் உருட்டலிலும், ரப்பைகளின் படபடப்பிலும் அது மிகவும் துக்கத்தில் இருக்கிறதென்பதும் கண் வங்கி என்பதே அதற்குப் பிடிக்கவில்லை என்பதும் புரிந்தது. ஆனாலும் கண் அதற்குச் சம்மதித்தது.

மறுநாள் காலை நாங்கள் கண் வங்கிக்குப் போனோம். வங்கியின் பொறுப்பாளரைப் பார்த்து நடந்த எல்லாவற்றையும் சொன்னேன். அவர் மிகவும் பயத்துடன் அக்கண்ணை எடுத்து திருப்பி திருப்பிப் பார்த்தார்.

மிக நீண்ட தன் முப்பது வருட அனுபவத்தில் இப்படியான ஒரு கண்ணை அவர் பார்த்ததில்லையாம். அந்த பயத்துடனே பேசினார்.

"உங்களோட, உதவி செய்ய நினைக்கிற இந்த மனசுக்கு நன்றி. ஆனா உயிரில்லாத கண்களை மட்டுமே நாங்க இங்க வாங்கறோம்.

இதுக்கு உயிர் இருக்கு. உயிரற்ற கண்களை வாங்க வேண்டுமானால் கூட அதனுடைய சொந்தக்காரனின் முன் கூட்டி எழுதப்பட்ட சம்மதப் பத்திரமும், இரண்டு பேருடைய சாட்சிக் கையெழுத்தும் தேவைப்படும். இந்தக் கண்ணுக்காக நான் தூக்கில தொங்க முடியாது சார். மன்னிக்கணும்''

நான் என்ன செய்வதென்று தெரியாமல் கண்ணைப் பார்த்தேன். என்னை எதிர்கொள்ள சக்தியற்று அது இமைகளைத் தாழ்த்தியது.

கண் வங்கியின் படிகளில் இறங்கும்போது என் வாழ்நாளில் அனுபவித்திராத அனாதை உணர்வு ஏற்பட்டது. இந்த உலகமே கைவிட்டது போல ... எங்கு போனாலும் புதியதைப் பார்ப்பது போல... எங்கே திரும்பினாலும் எல்லோரும் என்னிடமிருந்து எதையோ மறைத்து வைப்பது போல... ஒன்றுமே புரியவில்லை எனக்கு.

அன்று முழுவதும் அக்கண்ணுடன் நகரத்தில் அலைந்து திரிந்தேன். ‘இந்தக் கண்ணை எப்படியாவது காப்பாற்ற முடியுமா? என விசாரிக்கத் தொடங்கினேன். அப்படி அலைந்ததில் நான் பசியையும், தாகத்தையும், நேரத்தையும், காலத்தையும் மறந்தேன்.

காற்றிலும், புழுதியிலும் அலைந்து கலைந்த முடியும், கருத்து சோர்ந்த முகமுமாக நான் அன்று வீட்டுக்குப் போய் சேர்ந்தேன். மனைவி விளக்கணைக்காமல் அதிர்ச்சியும் கவலையுமாக எனக்காகக் காத்திருந்தாள்.

''என்ன, இவ்வளவு நேரங்கழிச்சு வரீங்க?'' பதட்டத்துடன் அவள் கேட்ட கேள்விக்கு அமைதியாக நான் பதில் சொன்னேன்.

''இந்தக் கண்ணோட சொந்தக்காரன நான் இன்னும் பாக்கல. எல்லாம் போகட்டும். கருணையின் அடிப்படையில் கூட இதை யாரும் வாங்கவோ, ஏற்றெடுக்கவோ முன் வரவில்லை...''

மனைவியின் முகபாவனை சட்டெனெ மாறியது. அவள் கோபத்தில் வெடித்துச் சிதறினாள்.

''ஓஹோ... அப்ப இதான் உங்க பிரச்சனையா? நீங்க இன்னும் அந்த அருவெறுப்பான ஜந்துவைத் தூக்கி எறியல இல்ல? ஏன் இப்படி இருக்கீங்க?''

இதற்குமேல் எதையும் கேட்க முடியாத நான் காதுகளைப் பொத்திக் கொண்டேன்.

இரவு முழுவதும் கண்ணும், அதனுடைய அனாதைத் தன்மையும் என் இதயத்தைக் கீறி வலியைக் கோரியது. இந்தக் கண்ணைக் கைவிட வேண்டும் என்ற எண்ணம் எனக்கில்லாமல் போய்விட்டதே. வெளியேறும் வழிகள் மூடப்பட்ட பெரும் குகையில் அகப்பட்டது போலத் தோன்றியது. கடவுளே, இதைவிட நீ என்னைக் கொன்றிருக்கலாம். கடவுளே, என்னைக் கொன்று விடு...

யோசனையின் நடுவே நிலவின் கீற்றொன்று சட்டென வந்து விழுந்தது. செய்தித் தாளில் கொடுத்த விளம்பரத்தை மீண்டும் ஒருமுறை மனதிற்குள் வாசித்தேன்.

'... நகரத்திலிருந்து ஃபெரோஸ்புரம் கிராமத்திற்குத் திரும்பும் வழியில் ஒரு பொருள் கிடைத்திருக்கிறது. அந்தப் பொருளின் அடையாளங்களை சரியாகச் சொல்லும் பட்சத்தில்...'

பொருள் என்றால் அதற்கு உயிர் இருக்க வேண்டும் என்றில்லை. உயிருள்ள எதையும் நாம் பொருள் என்று சொல்வதில்லையே? நான் விளம்பர வார்த்தைகளின் பிழைக்காக வருந்தினேன். இந்த உலகத்தில் ஒரு வார்த்தையின் தவறுதல் ஏற்படுத்திய மிகப் பெரிய விளைவுகளை எல்லாம் சிந்தித்துப் பார்த்தேன். மறுநாள் என்ன ஆனாலும் ஆகட்டும் என நினைத்து மற்றொரு விளம்பரம் கொடுக்கத் தீர்மானித்தேன்.

''...நகரத்திலிருந்து ஃபெரோஸ்புரம் கிராமத்திற்குத் திரும்பும் வழியில் ஒரு கண்ணைக் கண்டெடுத்திருக்கிறேன். கண் இன்னும் உயிரோடுதான் இருக்கிறது. மிக அவசரமாக நீங்கள் தொடர்பு கொள்ள வேண்டிய முகவரி...''

விளம்பரம் வெளிவந்த நாளிதழ் எனக்கும் முன்பாக மனைவியின் கையில் கிடைத்தது. அவள் விளம்பரப் பக்கத்தைக் கோபமும் அழுகையுமாக என்முன் விட்டெறிந்தாள். பிறகு வேகவேகமாக நடந்தது அவள் அறைக்குள் சென்று கதவைச் சாத்தி, பெருங்குரலெடுத்து ஓவெனக் கதறி அழுதாள்.

நான் கைக்குட்டையில் பொதிந்து வைத்திருந்த அக்கண்ணைப் பார்த்தேன். இதயம் மரத்துப் போனவனாக அதிக நேரம் அப்படியே உட்கார்ந்திருந்தேன். என் வீட்டுக் கதவு தாழ்ப்பாள் இடப்படாமல் அடைந்திருந்தது. நானோ கண்ணின் சொந்தக்காரனுக்காகக் காத்திருந்தேன். வாசலில் காலடி ஓசை கேட்கிறதா? கதவை யாராவது தட்டுகிறார்களா? நான் காத்து காத்திருந்தேன். என் காத்திருந்தலின் நீளம் கூடிக் கொண்டே போனது.

யாருமே வரவில்லை. முட்கள் கடிகாரத்தை உரசியபடி கடந்தன. என் கண்கள் நிறைந்து காட்சிகள் கண்ணீரில் கலங்கின.

நான் ஏதும் செய்ய இயலாதவனாக அக்கண்ணைப் பார்த்தேன். அது தன் இமைகளை மூடிக்கொண்டு படுத்திருந்தது. நான் மீண்டும் மீண்டும் கூப்பிட்டேன். என் குரல் கம்மித் தேய்ந்து போனதேயொழிய அக்கண் திறக்கவேயில்லை. நான் அதனுடைய மேல் ரப்பையை உயர்த்திப் பார்த்தேன்.

காட்சிகளற்ற என் மனதில் எல்லாம் தகர்ந்தடங்கியது. அதில் கருமணி இல்லை.

இப்போது தொலை தூரத்திலிருந்து ஒரு ஜீப் வரும் சத்தம் கேட்கிறது.

அதனூடாக போலீஸின் விசில் சத்தத்தையும் என்னால் துல்லியமாகக் கேட்க முடிந்தது.

ஹுமாயூன்

ஹுமாயூன். அதுதான் அவன் பெயர். அவனை எப்படிப் பழக்கம் என்று கேட்டால், தெரியவில்லை. எப்படியோ அறிமுகமானோம். ஆனால் என் நியாபகங்களுக்குக் கொஞ்சம் நீட்சி இருக்கிறது. ஹைஸ்கூலில், கல்லூரியில் படிக்கும் போதே பழக்கம். மேடும் பள்ளமுமாய் விரிந்து கிடக்கும் ஓலாடக்குன்றிற்கு நடுவில்தான் முதன்முதலில் சந்தித்தோம்.

ஹுமாயூனுக்குக் குன்றின் கீழே பீடிக் கம்பெனியில் பீடி நறுக்கும் வேலை. எங்கள் இரண்டு பேருக்கும் அப்படி ஒன்றும் வயது வித்தியாசமில்லை. அவன் மேல் உதட்டில் அன்றைய சூப்பர் ஸ்டார் பிரேம் நசீரின் ஸ்டைலில் அரும்புமீசை சிரமப்பட்டு ஒட்டி வைக்கப்பட்டது போலவேயிருக்கும்.

நான் இரண்டு கிலோ மீட்டர் தூரம் சைக்கிள் மிதித்து வீட்டிற்குப் போய் சாப்பிட்டு விட்டு, துருத்திக் கொண்டு நிற்கும் என் வயிற்றையும், தள்ளிக்கொண்டு போகவேண்டிய சைக்கிளையும் சபித்தபடி ஏற்றத்தில் ஏறும்போதுதான் எப்போதும் ஹுமாயூன் இறங்கி வருவான். இறக்கம் என்பதால் அவனுடைய சைக்கிள் தானாகவே ஓடி வருவது மாதிரியே இருக்கும். எப்போதும் அவன் முகத்தில் மாறாத புன்சிரிப்பிருக்கும். அது தன்னால்தான் என்பது

போல அந்த சைக்கிள் அனாயாசமாக முன்னால் போய்க் கொண்டிருக்கும்.

இறக்கத்தில் அவனைப் பார்க்கும் போதெல்லாம் என்னிடம் ஏதாவது கேட்பான்.

''நேற்று பார்க்கவில்லையே என்னாச்சு?''

''இன்னக்கி ஸ்ட்ரைக்''

''அப்படியா, அதுவும் தேவைதானே. உங்களமாதிரி மாணவர்களுக்கும் சில உரிமைகள் இருக்கே''

''ஹுமாயூன், நீ பள்ளிக்கூடம் போனதில்லையா?''

''அஞ்சாங்கிளாஸ் வரைக்கும் போனேன். அதனாலதான் எழுத படிக்கக் கத்துகிட்டேன். கணக்கும் கொஞ்சம் கொஞ்சம் தெரியும்''

''வீட்டில யாரெல்லாம் இருக்காங்க?''

''எனக்கு நாலு சகோதரிகள். எல்லாருக்கும் மூத்தவன் நான். அப்பா ஏற்கனவே இறந்திட்டார். குடும்பத்தைக் காப்பாத்த இந்த பீடித் தொழில் மட்டுந்தான். எப்படியெப்படியோ வாழ்க்கை போகுது''

''உன் ஒரு வருமானத்துல இத்தனை பேர் சிரமமில்லாம சாப்பிட முடியுதா ஹுமாயூன்''

''எப்படியோ போயிட்டிருக்கு. மூத்தவளுக்கு ஒரு கல்யாண ஏற்பாடு கூடி வந்திருக்கு. நல்ல சம்மந்தம், கொஞ்சம் பணம் மட்டுந்தான் சேக்கணும்''

''அதெப்படி நீ இந்த சொற்ப வருமானத்துல சேர்க்க முடியும்''

''வீட்டுக்குப் பக்கத்தில் பத்து சென்ட் இடமிருக்கு. நமக்கு அவ்வளவு இடம் தேவையில்லையே. என்னோட நல்ல நேரம் அஞ்சு சென்ட் எடத்த விற்க அம்மா சம்மதிச்சிருக்கிறாங்க. மற்றதெல்லாம் நல்லா முடிஞ்சிடும்''

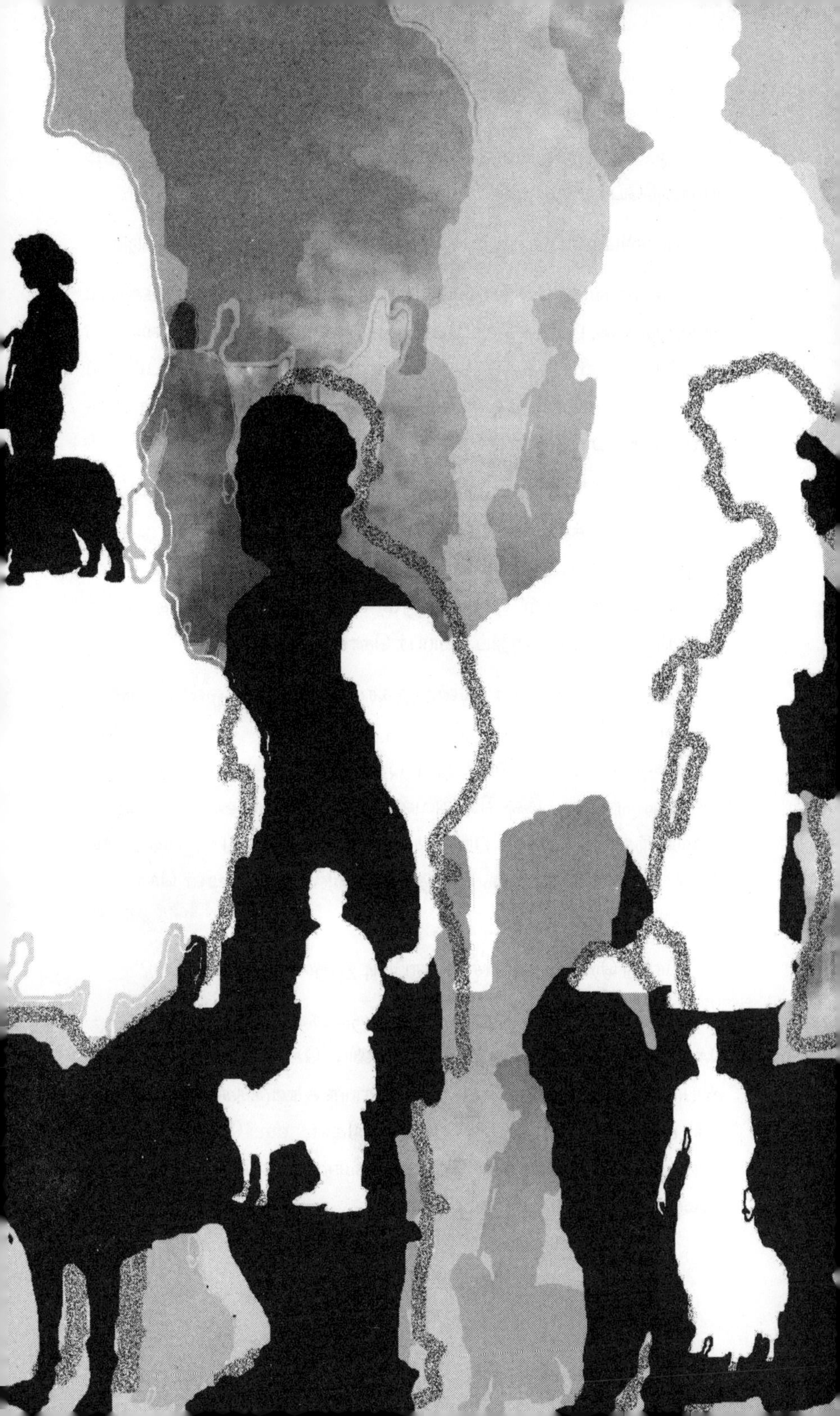

''ஆனாலும் இவ்வளவு சின்ன வயசுல நீ இவ்வளவு பெரிய பாரம் சுமக்கிறியே ஹுமாயூன்...''

அவனிடம் எப்போதுமிருக்கும் புன்சிரிப்பு கொஞ்சம் நீள்கிறது.

''சின்ன வயசிலேயே இப்படி சில பொறுப்போட இருக்கிறது. நல்லதுதானே, பீடி சிகரெட் இல்ல, குடியில்லை, சூதில்ல, வேலையை முடிச்சமா, வீட்டுக்குப் போனமான்னு இருக்கறத சாப்பிட்டு படுத்திடுவோம். வர்றத வச்சி சந்தோஷமா இருக்கோம். சரி, நேரமாச்சு நாளைக்குப் பார்க்கலாம்''

சொல்லிக் கொண்டே பெடலில் கால் வைத்ததும் சைக்கிள் முன்னால் போகத் தொடங்கியது. என்னை விட கஷ்டம் அவனுடைய வாழ்க்கை. நான் அவனையே பார்த்தபடி நின்றேன். அவன் குன்றின் ஏற்றத்தின் நடுவில் ஒருபோதும் விட்டுவிட முடியாத அந்த சைக்கிளுடன் முன்னேறிப் போய்க் கொண்டிருக்கிறான்.

எதிர்பாராதவிதமாக இன்று நகரத்தின் பூங்கா ஒன்றில் நான் அவனை சில நாட்களுக்குப் பிறகு பார்க்கிறேன். ஒரு மூலையில் உட்கார்ந்து பெரிய நோட்டுப் புத்தகத்தில் எதையோ எழுதிக் கொண்டிருந்தான். பக்கத்தில் அவனையே பார்த்தபடி அவன் சைக்கிள் நின்றிருந்தது. என்னைப் பார்த்ததும் அவனிடமிருந்து எழுந்த அந்த ரம்மியமான சிரிப்பு, ஒரு பூந்தோட்டத்தையே கண் முன் கொண்டு வந்தது போல இருந்தது.

''பாத்து ரொம்ப நாளாச்சே? எப்படி இருக்கே ஹுமாயூன்?''

''கடவுள் புண்ணியத்தில நல்லா இருக்கேன். பீடிக் கம்பெனிக்குத் தொடர்ந்து போயிட்டிருக்கேன். நடுவில கொஞ்சம் வெளிநாட்டு வியாபாரம் தொடங்கினேன். துபாய்காரங்க ஊருக்கு வரும்போது கொண்டு வரும் வாட்ச், துணிமணிகள், ஸ்பிரே... அதோட கணக்குதான் இது. கொஞ்ச பேர் வாராவாரம் பணம் கொடுப்பாங்க. ஆனா யாரும் ஏமாத்த மாட்டாங்க''

''பரவால்லயே, வியாபாரியாயிட்ட''

''வியாபாரம்ன்னு சொல்ல முடியலன்னாலும் பீடிக் கம்பெனி வேலைநோட, ஒரு உபரி வருமானம். அவ்வளவுதான்''

''ஆனா கொஞ்ச முதல் போட வேண்டியிருந்திருக்குமே?''

''ஆமாம்... அது எப்படியோ அட்ஜஸ்ட் பண்ணிப் போவுது''

''சகோதரிகள் எப்படி இருக்காங்க...?''

''அல்ஹம் துல்லில்லாஹ், இன்னும் ரெண்டு தங்கச்சிகளுக்கும் கூட கல்யாணம் பண்ணிட்டேன். நல்ல மாப்பிளைகள். நல்லாயிருக்காங்க''

''பணத்துக்கு என்ன பண்ண?''

''என்னென்னவோ செய்து எப்படியோ முடிச்சேன். கடவுள் புண்ணியம், கடன் எல்லாம் அடைச்சுட்டேன். எல்லாம் முடிஞ்சது. இன்னொரு தங்கச்சி இருக்கா. டைப்பிங் கிளாஸ் போறா. அவளுக்கும் சம்மந்தமெல்லாம் வருது. முடிஞ்சுரும்''

''உனக்கு ஒரு வாழ்க்கை வேண்டாமா?''

''கண்டிப்பா வேணும். அதும் நல்லபடியா நடந்துரும்''

''அதெப்படி?''

''பொண்ணு கொடுத்து பொண்ணு எடுக்கிறது. அதிலொரு வசதியிருக்கு. வரதட்சணை கொடுக்கவும் வேணாம், வாங்கவும் வேணாம். நல்ல குடும்பம்''

நான் அப்படியே ஸ்தம்பித்து நின்றேன்.

''ஹுமாயூன், இந்த மாதிரி திருமணத்தில சிக்கலில்லையா? ஒரு வீட்டில பிரச்சனைன்னா இன்னொரு வீட்டிலயும் பிரதிபலிக்குமே?''

''சே... சே... அதெல்லாம் அட்ஜெஸ்ட் பண்ணி போக வேண்டியதுதான். அவங்க ரொம்ப நல்ல மனுஷங்க''

அன்று பிரிந்த மாலை என் நெஞ்சில் எங்கோ நின்று கனத்தது. வாழ்க்கை ஒரு கரும்பாறையாகி எங்களைப் போன்ற மனிதர்களை எதற்கு இப்படி வாழ்நாள் முழுக்க இறுக்குகிறது?

என் படிப்பு முடிந்து, பட்டப் படிப்பு, பட்ட மேற்படிப்பு சான்றிதழ்களை சோக காவியம் எழுதிய காகிதம் போல நான் சுமந்து திரிந்தேன். விண்ணப்பங்களும் போட்டித் தேர்வுகளும் தொடரும்போது, தாக சாந்திக்கு, பஸ் கட்டணத்திற்கு, பீடி, சிகரெட்களுக்கு என டுடோரியல் கல்லூரி வேலை என்னை உந்தித் தள்ளிக் கொண்டேயிருந்தது.

முழு ஆண்டுத் தேர்வுக்கு இரண்டு நாட்களுக்கு முன் என் கல்லூரியின் மிக பலவீனமான மரப்படிகளின் மேலேறி ஹுமாயூன் வந்து கொண்டிருந்தான்.

எதிர்பாராத அதிர்ச்சியில் நான் ஸ்தம்பித்து போய் நின்றபோது ஸ்நேகபூர்வமாக அவன் சிரித்தான்.

''பாத்து ரொம்ப நாளாயிடிச்சே ஹுமாயூன்? எங்கே இருக்கே? என்ன விசேஷம்? இங்க எப்படி?''

கள்ளங்கபடமற்ற அவன் சிரிப்பினூடாகக் கொஞ்சம் கள்ளத்தனத்தையும் சேர்த்து என்னிடம் சொன்னான்.

''நாம சேந்து ஒரு டீ குடிக்கலாமா சார்?''

''கண்டிப்பா''

சேறு கலந்த நீர் மாதிரி சகிக்க முடியாத ஒரு தேநீர். நான் ஊதியும் ஆற்றியும் அதைக் குடித்துக் கொண்டிருந்தபோது அவன் சொன்னான்.

''சார், இந்த 'உள்ளூர் பிங்ஙள' யில் அவர் உண்மையில் என்ன சொல்கிறார்?''

நான் சற்று அதிர்ச்சியாக ஹுமாயூனைப் பார்த்தேன். அவன் சிரித்துக் கொண்டே.

''திறந்த வெளிப் பல்கலைக்கழகத்தில நான் முதல் வருட தேர்வெழுதப் போறேன் சார்'' என்றான்.

✸ *(பிங்ஙள - உள்ளூர் பரமேஸ்வர நாயர் எழுதிய ஒரு காவியம்)*

''அதெப்படி முடியும்? அதுக்கு அடிப்படை படிப்புகூட உனக்கில்லையே...''

''அதெல்லாம் அட்ஜெஸ்ட பண்ணிக்கலாம் சார். 'பிங்ஙள'யின் கதை மட்டும் எனக்குச் சொல்லுங்க. புக் எங்கிட்ட இருக்கு''

''அத அவ்வளவு சுலபமா சொல்லிட முடியுமா?''

''உங்களுக்கு அது சிரமம்னா வேணாம். உங்களுக்கு சௌகரியமான நேரத்தில நாளைக்கு நான் வீட்டுக்கு வரேன். ஒரு நாலு மணி நேரம். இரண்டாவது பாடம் முழுக்க சுருக்கமாக சொல்லிக் குடுங்க''

''ஹுமாயூன், பரீட்சை நாளன்னக்கிதானே? படிப்புங்கறது விளையாட்டில்லை. ஒரு வருஷம் முழுக்க படிக்க வேண்டியதை நாலு மணி நேரத்தில முடிச்சிட முடியுமா?''

ஹுமாயூனின் சிரிப்பில் எந்த மாற்றமுமின்றிச் சொன்னான்.

''சார். அதை மட்டும் கொஞ்சம் சொல்லிக்குடுங்க. மீதிய நான் அட்ஜெஸ்ட் பண்ணிக்கறேன்''

தேர்வு முடிவுகள் வந்தபோது இண்டாவது பாடத்தில் ஹுமாயூன் 67 சதவீத மார்க் எடுத்திருந்தான்.

''உண்மையா சொல்லு. நீ காப்பியடிச்ச தானே?''

''நிச்சயமா இல்லை சார்''

''அப்பறம் எப்படி இத்தனை மார்க் எடுக்க முடிஞ்சது உன்னால?''

''நான் ஒரு யூகத்தில எழுதினேன். பாஸாயிட்டேன் அவ்வளவுதான் சார்''

''சரி... உன் குடும்பமெல்லாம் எப்படியிருக்கு?''

''நல்லாயிருக்கேன் சார். ரெண்டு குழந்தைகள் இருக்காங்க. சிரிப்பும் கும்மாளமுமா வீடு நல்லாப் போயிட்டிருக்கு சார். ஒரு நாள் நீங்க எங்க வீட்டுக்கு வரணும் சார்''

நிறைந்த சிரிப்புடன் ஹுமாயூன் சொல்லிவிட்டுப் போனபோது நான் அவன் வீட்டைப் பற்றித்தான் யோசித்துக் கொண்டிருந்தேன். காய்ந்து ஒருபக்கம் சாய்ந்தபடி நிற்கும் ஓலைக்குடிசை அவன் வீடு. பழைய ஓட்டு வீடு, சகோதரிகளைக் கல்யாணம் பண்ணிக் கொடுத்தபோது கைமாறியிருந்தது. இப்போது மனைவியும் குழந்தைகளும் ரெண்டு பசுக்களுமாக வாழ்கிறார்கள். வாசல் முழுக்க, கத்தரிக்கப்பட்ட பீடி இலை துண்டுகளும், எருக்குவியலும் இருந்தது. ஆணி பெயர்ந்து நிற்கும் ஒரு பழைய பெஞ்ச்தான் உட்கார இருந்தது. அதை என்னிடம் காட்டி ஹுமாயூன் சிரித்தபடி சொன்னான்.

''சொல்லிட்டு வந்திருக்கலாம் சார்''

''சின்ன குழந்தைக்கு மூச்சு வாங்குதா?''

''ஆமாம், மருந்து கொடுத்திட்டிருக்கோம். இப்பக் கொஞ்சம் பரவாயில்லை. சீதள ஒடம்பு அவனுக்கு''

''யார்கிட்ட காமிக்கறீங்க?''

இதைக் கேட்டதும் சாணி வாரி தென்னை மரத்தடியில் கொட்டிக்கொண்டிருந்த அவன் மனைவி வெட்கப்பட்டுச் சிரித்தாள்.

அவன் அச்சிரிப்பின் விளக்கமாக அதே கள்ளச் சிரிப்புடன் சொன்னான்.

''ஹோமியோதான். நான் சொந்தமா போஸ்டல்ல படிச்சேன்''

திரும்பி வரும்போது நட்பாய் அவன் என்னிடம் கேட்டான்.

''சார். நீங்க ஒரு கல்யாணம் பண்ணிக்கக் கூடாதா?''

வழி நெடுகிலும் இன்னதென்று சொல்ல முடியாத துக்கத்தின் அனல் என்னைச் சுட்டது.

தொடரும் தேர்வுகளில் தோல்வியடையும் நெடிய பயணங்கள். துச்சமான வருமானம். குறை சொல்வதையே கலையாக்கிய முதல்வர், அவர் மலையாள இலக்கியத்தை அனாவசியமாக நினைப்பார். தனக்கு

முன்னால் இருண்ட சூன்யத்திற்கிடையில் வாழ்வின் நிச்சயமின்மை. வானத்தில் எங்கும் நட்சத்திரங்கள் தென்படவில்லை. ஓலாட குன்றின் ஏற்றங்கள் ஒருபோதும் முடிவுக்கு வரவேயில்லை. வாழ்க்கை கொல்லைப்புறத்தில் கொட்டப்பட்ட குப்பைக்கூளமாக வாய்த்திருந்தது எனக்கு.

வெகு விரைவில் நானும் ஹுமாயூனும் மீண்டும் சந்தித்தோம். அவன் அப்போது குவைத்துக்குப் போக தயாராகிக் கொண்டிருந்தான். நான் முந்திக் கொண்டேன்.

"ஹுமாயூன், இதெல்லாம் வெளையாட்டில்ல, பத்திரம். விசா ஒரிஜினல்தானான்னு இன்னொரு வாட்டி செக் பண்ணிக்க. பணத்தை முன் கூட்டியே கொடுக்காதே. அக்ரிமெண்ட் போட்டுக்க. இப்ப நெறைய பேர் ஏமாத்தறாங்க"

அதற்கும் அதே நிறைவான சிரிப்புதான் அவனிடமிருந்து பதிலாக வந்தது.

"எல்லாம் குடுத்தாச்சு சார். பயப்பட ஒண்ணுமில்லை. நல்ல மனுஷன், எனக்கு ரொம்ப உதவியா இருக்கார்"

"எப்படி பழக்கம் உனக்கு?"

"பழக்கமெல்லாமில்ல சார். நல்ல மனுஷங்களப் பாத்தா தெரியாதா? ரொம்பப் பாவமான ஆள் சார். எல்லாம் நல்லபடியா முடிச்சு குடுத்தார்"

"சரி, என்ன வேலை?"

"கம்ப்யூட்டர் ஆபரேட்டர்"

நான் அதிர்ச்சியில் அதிர்ந்த என் இதயத்தைப் பிடித்துக் கொண்டேன்.

"அதுக்கு உனக்கு கம்ப்யூட்டர் தெரியுமா?"

''சர்ட்டிஃபிகேட் எல்லாம் விசாக்காரனே சரி பண்ணிக் குடுத்திட்டான். அதுக்கும் சேர்த்துதான் பணம் கொடுத்தேன். போக இன்னும் ஒருவாரம் இருக்கு. நண்பர் ஒருத்தரு கொஞ்சம் கத்து தரேன்னு சொல்லியிருக்காரு. சின்னதா ஒரு ட்ரெயினிங்''

''ஹுமாயூன், என்ன பைத்தியக்காரத்தனம் நீ பண்றது? ஒரு வாரத்திற்குள் எப்படி கம்ப்யூட்டரைக் கத்துக்க முடியும்?''

''அதெல்லாம் அட்ஜஸ்ட் பண்ணிக்கலாம் சார்''

வர்ணஜாலமான ஒரு சிரிப்புடன் கண்ணைச் சிமிட்டி எனக்கு சமாதானம் சொன்னான்.

அவனிடம் பேச வேறு என்ன இருக்கிறது?

விடைபெற்றுப் பிரிந்தபோது வழக்கத்திற்கு மாறாக சொல்ல முடியாத துக்கம் என்னைச் சூழ்ந்தது. ஆகாயம் கறுத்து இருண்டது. நிராசையின் கண்ணுக்குத் தெரியாத உணர்வுகள் விம்மி நின்றிருந்தது. ஒரு ஆக்ரோஷமான மழையின் பெரும் பாய்ச்சலறியாமல், பின் தொடரும் கொடுங்காற்றை அறியாமல், ஹுமாயூனும் அவனுடைய சைக்கிளும் வேறேதோ உலகத்திற்கு மெல்ல மெல்ல உருண்டு போவது எனக்குத் தெரிந்தது.

எப்படியோ ஹுமாயூன் குவைத்திற்குப் போய்விட்டான்.

அவனைப் பற்றிய நினைவுகளில் எனக்கு முழுக்க முழுக்க பரிதவிப்பு நிறைந்திருந்தது. மொத்தம் இருக்கும் மூன்று சென்ட் பூமியையும் அடமானம் வைத்திருக்கிறான். கடவுளே, அவன் எதற்கு இந்தப் பைத்தியக்காரத் தனமான வேலையைச் செய்கிறான்?

சரியாக ஒன்றரை வருடம் முடிந்த பிறகு, அதோ ஈர மண் துளைத்துத் துளிர் முளைத்தது போல ஹுமாயூன். அவன் வெளிநாட்டுப் பயணத்தில் தொலைந்து போகாத அதே பூந்தோட்டம் பூத்த சிரிப்பு. நான் சந்தோஷத்தில் கத்தினேன்.

''நல்லாயிருக்கியா ஹூமாயூன்?''

''நான் போட்ட ரெண்டு லெட்டருக்கும் பதில் போடலியே, சாருக்கு டைம் இல்லாம போச்சா?''

''ஆமாம். அதில எழுதினதெல்லாம் உண்மையா?''

அவன் புன் சிரிப்பின் சுகந்தத்தால் அவ்விடத்தை நிறைத்தான்.

''ஆமாம் சார், கடவுள் புண்ணியம்... என்னானாலும் ஆகட்டும்ன்னு ஒரு அரபியின் கம்ப்யூட்டரின் முன்னால் போய் உட்கார்ந்தேன். எங்கெல்லாமோ தட்டினேன். சிஸ்டம் கொஞ்சம் பிரச்சனையாயிடிச்சு. அரபிக்காரன் திட்டிக்கிட்டே இருந்தான். அவனுக்கு அப்பா அம்மா இல்லை. எனக்கு? கடைசியில் என் கன்னத்தில் விழுந்த அடியில் நான் மயங்கி விழுந்தேன். அந்த அடி தான் பிறகெனக்கு உதவியது. அரபிக்கு என் மேல பரிதாபம் தோணியிருக்கும் போல, அவர் எனக்கு கம்பெனி செலவிலேயே கம்யூட்டர் கத்துக் கொடுத்து அதே வேலையில சேத்துக்கிட்டார். இப்ப அவருக்கு ரொம்பப் பிரியமானவங்கள்ல நானும் ஒருத்தன். கூட வேலை செய்றவங்கல்லாம் ரொம்ப நல்லவங்க, நான் நல்லாயிருக்கேன் சார்''

அரபிநாட்டுக் கதை கேட்பதைப் போலவே அவன் கதையையும் கேட்டேன்.

எனக்குள் இருட்டில் ஏதோ வேறு ஒரு சிந்தனையை உணர்ந்தேன். எங்கிருந்தோ ஒரு பொறாமைச் சுழல் உழன்றது.

எதற்கும் அஞ்சாதவன் ஹூமாயூன். அவன் முதுகில் தட்டினேன்.

அவனிடமிருந்து அதே சுகந்தம் பொழியும் சிரிப்பு உதிர்கிறது.

''என்னாச்சு சார்? என்ன யோசிக்கறீங்க?''

குறுகிய டுடோரியல் வகுப்பறைகள், வெறுப்பின் வியர்வை நாற்றம் வீசும் நாட்கள். வாழ்க்கை தன் நெருப்புக் கைகள் கொண்டு

என் ஒவ்வொரு அதிகாலையையும் தொட்டு எழுப்புகிறது.

ஹூமாயூனின் கடன்கள் மெல்ல மெல்ல அடைபட்டன. அதற்குள் நடந்த யுத்தம் குவைத் நாடுகளைத் தாறுமாறாக்கியது. ஜோர்தான் நாடு தாண்டி, வற்றி வறண்டு போன உதடுகளின் மரத்து போன புன்னகையை ஹூமாயூன் மீட்டெடுத்தான். இப்போதும் அவன் ட்ரேட் மார்க் சிரிப்பு மறையாமல் அவன் சொன்னான்.

''நல்ல வேளை, எங்க பாட்ச் முழுக்க மயிரிழையில தப்பிச்சோம். போர் விமானத்தின் தாக்குதல்ல எங்க கம்பனி முழுக்க நொறுங்கிப் போச்சு, ஆனா அந்த அரபிக்காரன் நல்ல மனுஷன். எப்படியோ தப்பிச்சுக்கிட்டான்''

எனக்குக் குற்றவுணர்வு ஏற்பட்டது.

மன்னிப்பு கேட்பது போல நான் அவன் கைகளை அழுத்திப் பிடித்தேன்.

''அப்பறம் என்ன பண்ணே ஹூமயூன்?''

''அதுக்கா கஷ்டம் சார்... கடவுள் புண்ணியத்தில மாட்டை விக்கல. அதைக் கொஞ்சம் கவனிக்கணும். நல்ல மாடு அது. நாம கவனிச்சா அது நம்மையும் பாத்துக்கும். அப்பறமும் வாழ எத்தனையோ வழி இருக்கே சார்'' அவன் சிரித்தபடியே சொன்னான்.

நேற்று நான் வேறொரு புது கல்லூரியில் சேர்ந்திருந்தேன். இந்த விருத்தங்களும் அணிகளும் யாருக்கு வேணும், கம்ப்யூட்டர் தெரியுமா? கம்ப்யூட்டர்..?

வயசாகிறது. கல்யாணம் ஆகவில்லை. அம்மா அழுது தீர்க்கிறாள். வாசல் பக்கமிருக்கும் புதர் காடுகளிலிருந்து வரும் சப்தங்கள். சீட்டு விளையாடும் கும்பலும், கள்ளச் சாராயமும் இரவு முழுக்க அமர்க்களப்படுகிறது. வாழ்க்கை கூர்மையான இரும்பு உருவமாக தோன்றியது எனக்கு.

ஹுமாயூன் பழைய வீடு சிதிலமடைந்து விழத் தயாராக இருந்தது. போர் முடிந்து விட்டது. நஷ்ட ஈட்டிற்கான கணக்குகள், அரபி ஹுமாயூனுக்கு அனுப்புவார் என்று நம்பப்படும் விசா, மெலிந்து போன மனைவியும் மூச்சு இழுத்துக் கொண்டிருக்கும் குழந்தைகளுமாக வீடு சோகயானது. பசு மட்டும் நல்ல ஆரோக்கியத்துடன் ஹுமாயூனோடு இருக்கிறது. கூடவே அந்த சைக்கிளும் ஒரு இளம்பருவத்துத் தோழன் போல அவனுடனிருந்தது.

ஆனால், அவன் வாழ்க்கை?

மனைவி நாலாவதாக கர்ப்பமாகியிருக்கிறாள்.

"இதுக்கு நீ ஒரு கட்டுப்பாடு வச்சுக்கலாம் இல்லையா? இத்தனை துயரத்திற்கு நடுவில இதில ஏதாவது தெளிவு இருக்கா உனக்கு?"

ஹுமாயூன் சிரித்தான்.

"அது அப்படியே அட்ஜஸ்ட் பண்ணி போயிடும் சார். மூத்தவள் தானாகவே தன் வேலைகளைச் செய்யப் பழகிட்டாள்"

"நல்ல சந்தோஷம், சளி காய்ந்து மூச்சுமுட்டும் சந்தோஷம். போஷாக்கு இல்லாத வெளிறிய சந்தோஷம் போடா என் முன்னாலயிருந்து..."

ஆனால் அவன் போகவில்லை.

அந்தப் பொன்சிரிப்பில் களங்கத்தின் சிறு துரும்புமில்லை. அங்கே இருட்டுமில்லை, பயமுமில்லை, விடியலின் ஒளி மட்டுமே.

அடுத்த முறையும் அவனை எதிர்பாராதவிதமாகத்தான் பார்த்தேன். அவன் சொன்னான்.

"சாரைப் பார்த்தது நல்லதாப் போச்சு, நான் வெளிநாட்டுக்குப் போகிறேன்"

"பழைய அரபிக்காரன் தானே"

ஹூமாயூன் அர்த்த புஷ்டியுடன் சிரித்தான்.

''இல்லை சார் இதொரு அமெரிக்கன் விசா''

''அமெரிக்கனா?''

''ஆமாம், வாஷிங்டன்''

''அங்க உனக்கென்ன வேலை?''

அவன் களங்கமின்றிச் சிரித்தான்.

''பைலட்டோட விசா. பேப்பர்ஸ் எல்லாம் ரெடியாயிடிச்சு. பேங்க் லோனும் தயாராயிடிச்சு. அடுத்த வியாழக்கிழமை போகிறேன்.

''நீ... நீ... நீ விமானம் ஓட்டுவியா ஹூமாயூன்?''

அவன் பொன் சிரிப்பின் பிரகாசம் ஜொலிப்பது தெய்வீகமாக இருந்தது.

''விமானத்தைப் பார்த்திருக்கிறேன். ஏறியிருக்கிறேன், பயணம் செய்திருக்கிறேன். அப்புறம் பாஸ்போர்ட்டில் பேர் ஹூமாயூன் என்று மட்டும் இருக்காது. மீதி எல்லாம் ரெடி''

அவன் சிரிக்கிறான். அச்சிரிப்பில் மூன்றாம் உலக நாடுகளின் வறுமையின் தரித்திரத்தின் பொன் வயல்களில் விரியும் ஒளி.

அங்கே இருட்டுமில்லை, பயமுமில்லை, விடியலின் ஒளி மட்டுமே நிறைந்திருக்கிறது.

ஹூமாயூன் கையசைத்து என்னிடமிருந்து விடை பெறுகிறான். அவனுடைய நோயாளிக் குழந்தைகள் கையசைத்து விடை கொடுக்கிறார்கள், மெலிந்த மனைவியும்.

நான் மட்டும் என் இருட்டின் அடர்ந்த குகைக்கு மீண்டும் திரும்புகிறேன். அதற்கு வீடு என்று பெயர்.

கம்மல்

நேரம் நடுநிசியைத் தாண்டியபிறகும் தனலட்சுமிக்கு உறக்கம் வரவில்லை. ஒவ்வொரு இலை அசைவிற்கும் அதிர்ந்தெழுந்தாள்.

வெளியே அசைவு தெரிவது மாதிரியேயிருக்கிறதே... அது கிருஷ்ணனா? இல்லை வேறு யாராவது எதிரிகளா? எதுவாக இருந்தாலும் இருட்டு எப்போதும் ஒரே நிறத்தில்தான் பயமுறுத்துகிறது.

திருமணம் முடிந்து இந்த வீட்டிற்கு வந்தபிறகு, சுகமான தூக்கம் என்பதே அவளுக்கு வாய்க்கவில்லை. இப்போது மகளுக்கு நான்கு வயதாகிறது.

சாந்தி என்று மகளுக்குப் பெயர் வைக்கும்போது இதையெல்லாம் நினைத்து அவளுக்கு சிரிப்புதான் வந்தது.

அப்படி பெயர் வைக்க வேண்டுமென்பது கிருஷ்ணனின் ஆசை. என்றைக்காவது அது தனக்குக் கிடைத்திருக்கிறதா? இனியாவது அவள் வாழ்வில் அதை தரிசிக்க முடியமா?

ஒரு நிமிட யோசனையில் ஏதோ ஒரு பலவீனமான தருணத்தில் அந்த வார்த்தைகள் அவளிடமிருந்து வந்தன.

நினைப்பதால் மட்டுமே அது எல்லாமும் அப்படியே ஒன்றும் நடந்துவிடப் போவதில்லை.

போலீஸ் இந்த வீட்டில் இல்லாத நேரமே இல்லை என்று சொல்லலாம். இரவில் தேவையில்லாத அழைப்புகளும் கெட்ட வார்த்தைகளும் மிரட்டல்களும் வருவதால் தொலைபேசியே வேண்டாமென எழுதிக் கொடுத்துவிட்டாள்.

பாக்கு மரங்களும் வாழையும் வளர்ந்திருந்த ஒரு ஏக்கர் நிலத்தோடு சேர்த்து இந்த வீட்டையும் வாங்கும்போது நான் கேட்டேன்.

"எங்கேயிருந்து இவ்ளோ பணம்?"

முகத்தில் எங்கெங்கோ வார்த்தைகளில் அடக்கிவிட முடியாத இறுக்கம் கடந்து போன பிறகு சூன்யத்தில் வெறித்தபடி கிருஷ்ணன் சொன்னான்.

"கஷ்டப்பட்டு சம்பாதிச்சது"

"இந்த வெட்டு குத்தையெல்லாம் கஷ்டப்படறதுன்னு சொல்ல முடியுமா?"

சட்டென அவனுக்குள் கோபம் பொங்கியது. அதைப் பல்லைக் கடித்து அடக்கிக் கொண்டு சொன்னான்.

"அதிகமா பேசாத, பொம்பள பொம்பளமாதிரி நடந்துகிட்டா போதும்"

எப்போது அவன் குணம் எப்படி மாறுமென்று யாருக்கும் தெரியாது.

வெளியே ஏதோ அசைகிறதோ?

கடவுளே, திண்ணையில் விளக்கு போடக்கூடாதுன்னு நேற்றுதான் பீடிக்கம்பெனி ரமேசன் கவனமாகச் சொல்லிவிட்டுப் போனான். அவன்தான் கிருஷ்ணனின் நடவடிக்கைகளை நானறிந்து கொள்ள கிடைத்த ஒரே வழி.

பதட்டத்தைக் காட்டிக் கொள்ளாமல் கிருஷ்ணன் சொன்னான், ''போலீஸ்காரங்கன்னா பரவாயில்லை, கூட வேற கொஞ்சபேரும் இருக்காங்க''

வந்தவங்களுக்கு கிருஷ்ணன் என்ன செய்தானோ?

ஒரு நிமிடம் ஏதேதோ யோசனை.

ஆள்மாறாட்டம் செய்து சாட்சி சொல்லியாக வேண்டும். அந்த சச்சரவில் அவர்கள் இப்போது ரெண்டுபட்டுவிட்டார்கள். நடுவில் நாம் வேறு இதில் மாட்டிக் கொண்டோம்.

போன முறை வீட்டிற்கு வந்தபோது என்னென்னவோ பேசி மிகவும் சோர்வுற்றிருந்தான். அம்மாவின் சவ அடக்கத்திற்குக்கூட வரமுடியவில்லை. வழியில் மடக்குவதற்கு எதிரிகள் தயாராக இருந்தார்கள். அவர் வந்தால் இன்னொரு சவ அடக்கம்கூட நடக்கும் எனக் கறுவிக்கொண்டிருந்தார்கள். ஆனால் என்னவென்று தெரியவில்லை, அம்மாவின் மரணத்தை அறிந்த பிறகும் ஒரு துளி ஈரம்கூட கிருஷ்ணனின் கண்களில் துளிர்க்கவேயில்லை.

கிருஷ்ணன் வாழ்க்கையில் ஒரு முறைகூட அழுததேயில்லையா?

அழுவதற்கு என்ன சிரமம் இருக்கிறது?

எப்போதாவது அழுது பிரார்த்தனை செய்தால் கடவுள் கேட்காமல் இருக்க மாட்டார். இப்படி ஒரு நரக வாழ்வை எத்தனை நாட்களுக்கு நீட்டித்துக் கொண்டுபோக முடியும்? நம் மகள் வளர்ந்து கொண்டேயிருக்கிறாள் என்பது நினைவிருக்கட்டும்.

அப்போது பீடிப் புகையின் நாற்றம் எங்கேயோயிருந்து குப்பென வந்தது.

ஒரு நாள் அவள் வெட்கத்துடன் ரகசியக் குரலில் கேட்டாள்.

''நீங்கள் இன்னக்கி அந்த கேசட்டைக் கொண்டு வரலயா? வி.சி.டி. கொண்டு வந்தப்பயிருந்து கேக்கிறேன்ல. எல்லாரும் சொல்றதனால ஒரு ஆசை தானே''

கிருஷ்ணன் எந்தவொரு ஈடுபாடும் இல்லாமல் உரத்த குரலில் சொன்னான்.

'' எனக்கது பிடிக்கல''

அதன் பிறகான நாட்களில் அவள் புலம்பலைக் கேட்டு சகிக்க முடியாமல் அதற்கான காரணத்தையும் சொன்னான்.

''இப்படி கேசட்டைப் பார்த்து லயித்துக் கொண்டிருக்கும் போதுதான் சேட்டையும் அவன் வைப்பாட்டி கமலாவையும் கொன்னேன். ரெண்டு பேருக்கும் குடல் வெளியே வந்து விழுந்துவிட்டது. கழுத்திலிருந்து பீறிட்ட ரத்தம் டிவிதிரையின் நீலப்படத்தில் தெறித்து வழிந்து கொண்டிருந்தது. மரண ஓலமும் உடலுறவின் உச்ச சப்தமும் ஒன்றுதான். சகிக்க முடியாதவை. நான் செய்த முதல் கொலை அதுதான். பிறகெப்போதும் அனுபவித்தறியாத பயத்தை எனக்கது தந்தது. அதற்குப் பிறகு எப்போதாவது நண்பர்கள் நீலப்படம் பார்த்துக் கொண்டிருந்தால் நான் கோபத்துடன் வெளியே போய் உட்கார்ந்து கொள்வேன்''

எப்போதும் எந்தவொரு முன் தகவலுமின்றிதான் கிருஷ்ணன் வருவான். அவன் முகம் தோலையும் சதையையும் பிய்த்தெடுத்தது போல ஒட்டிப் போயிருக்கும். எதைக் கேட்டாலும் ஒரே பதில்தான்,

''கேஸ் மங்கலாபுரத்தில் நடக்கிறது''

மீண்டும் இலை அசைவைப் பார்த்து தனலட்சுமி திடுக்கிட்டாள். நாய் இல்லாமல் போனதால் மிகவும் பயமாக இருக்கிறது. கிருஷ்ணனுக்கும் ரமேசனுக்கும் மட்டுமே தெரிந்த ரகசியம் அது. கிருஷ்ணன் வரும் நாளிலெல்லாம் நாயை அவிழ்த்து சித்தி வீட்டிற்குக் கொண்டுபோய் விட்டு விடுவார்கள்.

ஆள் அரவம் தெரிந்தால் நாய் குரைக்கத் தொடங்கும். ஆள் வந்திருப்பது எதிர் தரப்புக்கு உடனே தெரிந்துவிடும். அப்படி கிருஷ்ணனுக்கு முன்னெச்சரிக்கை உணர்வு மிக அதிகம். எல்லாக்

கொலைபாதகச் செயல்களுக்கும் அதற்கேயான எச்சரிக்கைகளும், தற்காப்புகளும் இருக்கத்தானே செய்கிறது.

''இந்த வெட்டையும் குத்தையும் இனி நிறுத்திடலாம் இல்லையா?'' தனலட்சுமி கேட்டாள்.

''எதுக்கு?''

''குற்ற உணர்விலிருந்து தப்பிக்கத்தான்''

''எப்படி?''

பதில் முட்டி நின்றது போல அவள் திக்கி நின்றாள்.

''வாளெடுத்தவனெல்லாம் வாளாலேயே மடிவான் என்பதாலா?''

அவன் கோபத்தோடு எழுந்து வந்து அவளுடைய முடியைக் கத்தையாகப் பிடித்திழுத்தான். அவள் வலியால் துடித்தாள்.

''உன் முந்தின புருஷன் எந்த வாளை எடுத்தான்டி நாயே?'' அவனுக்கு ஆத்திரத்தில் மூச்சிரைத்தது.

''அப்ப நீ அஞ்சு மாசம் முழுகாம இருந்தே, நியாபகம் இருக்கா? கொழுப்பில ஆடறியா நீ?'' மீண்டும் மூச்சிரைத்தது. தன்னிலிருந்து மேலெழுந்த குற்ற உணர்வை மறைக்க சத்தமாய் கத்தினான்.

''பொம்பள, பொம்பள மாதிரி அடங்கி ஒடுங்கி இருந்தாப் போதும்''

வெளியே பெருத்த காற்று வீசுவது போலிருந்தது. இலைகள் கீழே விழும் சத்தம் கேட்கிறது.

இந்தக் காற்று கொஞ்சம் மெல்ல வீசக்கூடாதா? மனிதர்களை இப்படி பயமுறுத்துகிறதே!

பழுத்துக் காய்ந்த வாழையிலைகளை நாளைக்கு ஆள் வைத்து வெட்டவேண்டும்.

வெளியே தூறல் போடுகிறதா?

ஒவ்வொரு முறை ‘வேலை’ முடிந்து வரும்போதும் கொடூரமானதொரு உற்சாகம் கிருஷ்ணனைச் சூழ்ந்திருந்தது. ஆரம்பத்தில் அப்படியிருக்கவில்லை.

வீட்டிற்கு வருவதும் போவதும் இரவு நேரத்தில் மட்டும்தான். அவன் வரும்போதெல்லாம் மகள் தூக்கத்திலேயேயிருப்பாள். பலமுறை எழுப்ப முயன்றாலும் அவள் தூங்கிக் கொண்டேயிருப்பாள். வழக்கம்போல தனலட்சுமி அன்றும் அவனுக்கு நியாபகப்படுத்தினாள்.

‘‘மகளுக்கு நாலு வயசாகுது. இன்னும் காது குத்தல’’

கிருஷ்ணன் ஒன்றும் பேசவில்லை.

‘‘என்ன பேசாம இருக்கீங்க? பெண் குழந்தைதானே அவ, ஒரு வயசிலிருந்து சொல்லிட்டிருக்கேன்’’

எதையோ நினைத்து ஒன்றும் பேசாமல் தூரத்தில் வெறித்தபடியிருந்தான். பிறகு தூக்கக் கலக்கத்தில் பேசுவதுபோல முணுமுணுத்தான்.

‘‘காது குத்தறது எப்பன்னு நானே சொல்றேன்’’

‘‘மகளை ஆம்பளப்புள்ள மாதிரி வளக்கப் போறீங்களா?’’

எதைக் கேட்டும் கிருஷ்ணன் சிரித்து அவள் பார்த்ததேயில்லை.

மௌனம்... மௌனம் மட்டுமே... மௌனத்தை மாமிச பட்சிணிகள் சூழ்ந்து தின்னும் மௌனம்.

ஓணம் முடித்து நான்காம் நாளிரவு அதிசயமாய் வீட்டிலிருந்த கிருஷ்ணன் வழக்கத்திற்கு மாறான உற்சாகத்திலிருந்தான். பெட்டியைத் திறந்து பலவிதமான கத்திகளை வெளியே எடுத்தான். மனம் நிறைய சந்தோஷத்தோடு சொன்னான்.

‘‘சிங்கப்பூரிலிருந்து வரவழைச்சேன்’’ சிரித்தபடியே தொடர்ந்தான்.

‘‘ரெண்டு பார்சல், ரெண்டு குரூப்புக்கு. இதோ இந்தக் கத்தியைப் பாத்தியா, இதுதான் கிரைண்டர் நைஃப். நடு நெஞ்சில் ஒரே குத்து, அப்படியே இந்த சுவிட்சை அழுத்தினா இதயத்தின் ரத்தம் முழுக்க வாய் வழியா இறங்கிவரும்’’

கொட்டித் தீர்க்கும் மழைபோல சிரித்தான். அவள் அழுதபடியே சொன்னாள்.

‘‘எனக்கு இதெல்லாம் கேட்கவும் பாக்கவும் வேணாம். இந்த பெட்டியைக் கொஞ்சம் மூடறீங்களா?’’

மறுபடியும் அவள் பேச்சை உதாசீனப்படுத்தி ஒவ்வொரு கத்தியாக எடுத்து குரூரமான ஆனந்தத்தோடு விவரித்தான். அவளுக்குக் கேவி, கேவி அழுகை வந்தது. அம்மாவின் அழுகைச் சத்தம் கேட்டு மகள் தூக்கத்திலிருந்து பதறி எழுந்தபோது கிருஷ்ணன் பயத்துடன் பெட்டியை மூடி வைத்துவிட்டு ஜன்னல் வழியே இருட்டைப் பார்த்தான்.

வெளியே மரத்தில் கனமான ஏதோ ஒன்று ஒற்றையாய் வந்து அமர்கிறது. பிறகு அது மீண்டும் பறக்காமல் அங்கேயே நிலைத்து விட்டது. இல்லை அப்படி அவளுக்குத் தோன்றியுமிருக்கலாம்.

அடுத்தமுறை வந்தபோதும் கிருஷ்ணன் மீண்டும் ஆர்வத்துடன் அதே பெட்டியைத் திறக்க முயன்றான். அப்போது அவள் சொன்னாள்.

‘‘ஆட்களைக் கொல்லும் எந்தக் கருவிகளையும் நான் பார்க்கவேண்டாம். நீங்க இப்பவே மிக மோசமா இருக்கீங்க. மனித ரத்தத்தின் உலர்ந்த வாடை எப்போதும் உங்கள் மீதிருந்து வீசுகிறது’’

பாய்ந்து அவள் தலைமுடியைக் கொத்தாய் பிடித்து, ‘‘உன் அப்பன் குடிகார வேலாயுதத்தின் நாத்தமாடி அடிக்குது எம்மேல நாயே? நாத்தம் பத்தி பேசறியா நீ?’’

ஒன்றும் நடக்கவில்லை.

ஒரே மௌனம்.

போகும்போது பெட்டியிலிருந்து பொறுமையாகச் சின்னப் பொட்டலமொன்றை எடுத்து நீட்டினான். திகைத்து நின்ற என்னிடம், ''மகளுக்கான கம்மல் இது, காது குத்தாம போடற கம்மல்'' என்று சொன்னான். அவள் ஏதும் புரியாமல் கிருஷ்ணனை உற்று பார்த்தாள். அவன் குரல் இடறியது.

''தனலட்சுமி, நம்ம மக காதுல ஓட்டை போட வேணாம். அவளுக்கு வலிக்கும். ரத்தம் வரும். என்னால அதைத் தாங்க முடியாது''

கிருஷ்ணனின் கண்கள் நிறைந்து தளும்பியது. வறண்ட அவன் கண்களில் தொலைவிலிருந்து வந்ததுபோல ஒளி பிரதிபலித்தது. சட்டென முகத்தைத் திருப்பியபடி கிருஷ்ணன் வெளியே போய்விட்டான்.

வாசல் இலைகளில் காலடியோசை.

வெறும் பிரமை அல்ல. நிஜமாகவே கேட்கிறது. கிருஷ்ணன்தான். ஆனால்... ஆனால்...

இப்போது அசைவேதுமில்லை.

தனலட்சுமி காதைக் கூர்மையாக்கினாள். விளக்கைப் போடக் கூடாது. ரமேசன் சொல்லியிருக்கிறான்.

''லட்சுமி...''

யாராவது மெல்லிய குரலில் தன்னைக் கூப்பிடுகிறார்களா? இல்லை வெறும் பிரமைதான். வெளியில் மழை நின்ற பிறகான மரம் சொட்டிக் கொண்டிருந்தது. ஆனால் காலடியோசை எனக்குக் கேட்டதே.

ஆமாம், காலடியோசை கேட்கிறது.

சிஹாபுதின் பொய்த்தும்கடவு 125

நிறைய காலடிகள்.

வாழைத் தோட்டத்திலிருந்து சிறு கூட்டத்தின் காலடியோசை கேட்டது. ஆமாம், வேட்டையாடுதலுக்கும் மரணத் துள்ளலுக்கும் இடையிலான காலடியோசை அது.

கடவுளே, ஒரு கூக்குரல் கேட்டதே?

வெளியே எங்கேயிருந்தோ ஒரு குழந்தையின் அழுகுரல் கேட்கிறதா?

பிரமையா? இல்லை. நிஜம்தான்.

எவ்வளவு அடக்கினாலும் தனலட்சுமியால் எழுந்து வெளியே போய்ப் பார்க்கவேண்டும் என்ற உந்துதலைக் கட்டுப்படுத்த முடியவில்லை. அவள் எழுந்து டார்ச்சை எடுத்தாள். அப்பாவை எழுப்பினாள். அவர் குடித்து தன்னிலை மறந்து படுத்திருந்தார்.

"அப்பா எழுந்திருங்க"

அப்பாவை எழுப்ப முடியாத அவள் குரல் பலவீனமான அழுகையோடு வெளி வந்தது.

வெளியில் எங்கேயோ ஒரு குழந்தை அழும் சத்தம் அதிகமானது.

தனலட்சுமியால் பிறகெதையும் யோசிக்க முடியவில்லை. அவள் கதவைத் திறந்து வெளியேறினாள். மழை பெய்யும் இந்த அடர்ந்த இரவில் எங்கேயோ குழந்தையின் அழுகை. அவளுக்குத் தொண்டையில் அடைக்கும் வலி வந்தது. முலைக் காம்புகள் புகைவதைப் போலிருந்தன.

சத்தம் வந்த திசையில் நடந்து பாக்குத் தோட்டத்திலும், வாழைத் தோட்டத்திலும் அவள் பதறி பதறித் தேடினாள்.

இடையிடையே கேட்டும் கேட்காமலும் அழும் மனித சிசு எங்கே? எந்த மூலையில்? எந்தத் திசையில்?

யாருக்கும் வேண்டாத கண்

அவள் அழுகைக்கும் கேவல்களுக்குமிடையே ஊறி நனைந்தபடியிருந்தாள்.

ஒரு ஒற்றை வௌவால் மரம்விட்டுத் துடித்து நகர்ந்தது.

இரவு தனக்குள்ளேயே முனகிக் கொண்டிருந்தது.

குழந்தை அழும் சத்தம் அதிகரிக்கிறது.

அவள் தோட்டம் முழுவதும் தேடிச் சோர்ந்தாள்.

வீட்டிற்குத் திரும்பி நடக்க யத்தனித்த போது, காலடியிலிருந்து அழுகை கேட்டது.

அவள் டார்ச்சை அடித்தாள்.

அப்போதுதான் வெட்டப்பட்ட வாழையிலையில் ஒரு குழந்தை.

அது அழுகிறது.

குழந்தையை ஓடித் தூக்க முயன்றபோதுதான் டார்ச் வெளிச்சத்தில் அவள் அதை உற்றுப் பார்த்தாள்.

குழந்தை சிரித்தபடியே அழுகிறது.

அவள் எதனாலோ பயத்தில் பின்னால் நகர்ந்தாள். ஆனால் குழந்தையின் இரண்டு கைகளும் படுத்திருந்தபடியே நீண்டு நீண்டு வந்து அவள் கழுத்தைப் பிடித்து இறுக்குகிறது. அவள் முழு சக்தியையும் பயன்படுத்தி துடித்தெழுந்தாள்.

வௌவால் கூட்டமொன்று அதன் வசிப்பிடம் விட்டகன்று ஆகாயத்தை நோக்கி பறந்தன.

இருட்டில் இப்போதும் மரத்திலிருந்து மழை நீர் சொட்டிக் கொண்டிருந்தது, மனித வம்சாவளியின் தொடர்ச்சி என்பதுபோல.

ரயில்வே ஸ்டேஷன்

அந்த ரயில்வே ஸ்டேஷன் எப்போதும் தனியாக சுவாசித்துக் கொண்டிருந்தது. பாலைவனம் போன்ற வெறுமையான அந்த ஸ்டேஷனில் அனல் காற்று வீசிக் கொதித்துக் கொண்டிருந்தது. கார்மேகங்களும் அபூர்வப் பறவைகளும் கொஞ்சம் பயத்துடன்தான் அந்த வழியைக் கடந்துபோயின. புரிந்துகொள்ள முடியாத ஏதோ ஒரு இடத்திலிருந்து வந்து அதே போன்ற வேறு ஒரு மண்டலத்துக்கு நகருபவையாக இருந்தன ஸ்டேஷனிலிருந்த நீண்ட தண்டவாளங்கள். அவை பல நேரங்களில், கொதித்துப் பழுத்த நெருப்புத் துண்டுகளாக இருந்தன. கருங்கல் முனைகளில் சுருண்ட விஷப்பாம்புகளைப் போல, தண்டவாளங்கள் மயங்கிக் கிடந்தன. காற்றடிக்கும்போது எழும் டெலிஃபோன் கம்பிகளின் உராய்வுச் சத்தம் அந்த ஸ்டேஷனின் தனிமையையும் தன்னுடன் சேர்த்துக்கொண்டு மரண ஓலம் எழுப்பும்.

அகால முதுமையேறிய இளவயதுக்காரனாகயிருந்தார் ஸ்டேஷன் மாஸ்டர். பிரிட்டிஷ் அதிகாரத்தின் வாஸ்து சாஸ்த்திரத்தில் செய்த தூண்களும், பழமையான மேல்கூரைகளும் வேய்ந்த அந்த ஸ்டேஷன் இறந்தவர்களின் வீட்டை ஒத்திருந்தது. தனிமையின் மகாசமுத்திரத்தில் தனித்து விடப்பட்ட அந்த ஸ்டேஷன் மாஸ்டர் மேலதிகாரிகளுக்கு எப்போது போல கடிதங்கள் எழுதிக் கொண்டிருந்தார்.

மரியாதைக்குரிய ஐயா,

இது எத்தனையாவது மனு என்று தெரியவில்லை. இந்தத் தனிமையான ஸ்டேஷனில் எந்த வேலையுமின்றி வேலை பார்க்கத் துவங்கி எத்தனை வருடங்களாகிறதென்றும் இப்போது நினைவுபடுத்த முடியவில்லை. நாட்கள் போகப்போக என் இறந்தகாலம்கூட எனக்கு மறந்து போய்விட்டது. குளிர்க் காற்றில் சிக்கித் தூரத்தில் இலைகள் உதிர்வதைப் பலமுறை பார்த்திருக்கிறேன். உண்மையில் இந்த வேலையில் நியமிக்கப்பட்ட நான் வாழ்நாள் முழுவதும் தனிமைச் சிறையில் அடைக்கப்பட்டவன் என்ற நிலையில் தான் ஐயா இருக்கிறேன்! அந்த உண்மையையாவது என்னிடமிருந்து மறைத்து வைக்கலாம் இல்லையா ஐயா? ஒரு ஆள் நீண்ட நாட்கள் தனியாக, தன்னை மட்டுமே சிந்தித்தபடி இருக்கும்போது அது சமூகத்திலிருந்து முற்றிலும் விடுபடுதலுக்குச் சமம்தானே? அவன் மறதியின் புதைசேற்றில் முழுகிப் போகலாம். நான் இப்புதைச்சேற்றில் இப்போது காலிலிருந்து உடலின் பாதிவரை புதைந்திருக்கிறேன். இது என் இறந்தகாலம் என்பதே நிஜம். மற்றொரு பாதி என் எதிர்காலமல்லாது வேறு எது? இவைகளுக்கு நடுவில் என் மனபிழற்வுற்ற இரவு பகல்களுக்கு முன்னால் அர்த்த சூன்யமான ரயில் தண்டவாளங்கள். அவற்றினூடாக மனிதக் கண்கள் பின் தொடர முடியாதபடி வேகத்தில் சிதறிப் பாய்ந்து அகலும் தனித்து விடப்பட்ட ரயில் வண்டிகள்... அவற்றின் சத்தங்கள்... இந்த பச்சைக் கொடியை அசைப்பதுகூட எதற்காகவென்று பலநேரங்களில் எனக்குத் தோன்றியிருக்கிறது. இந்தக் கொடியை யாராவது கவனிக்கிறார்களா என்பதையாவது எனக்குச் சொல்லுங்கள் ஐயா?

இவ்வளவையும் எழுதி முடித்தபோது அவருக்கு கவனம் சிதறியது. தூரத்திலிருந்து கேட்கும் இரைச்சல் ரயில் வண்டியினுடையதா? இல்லை அது ஒரு பாஸஞ்சரா? சரக்கு வண்டியா?

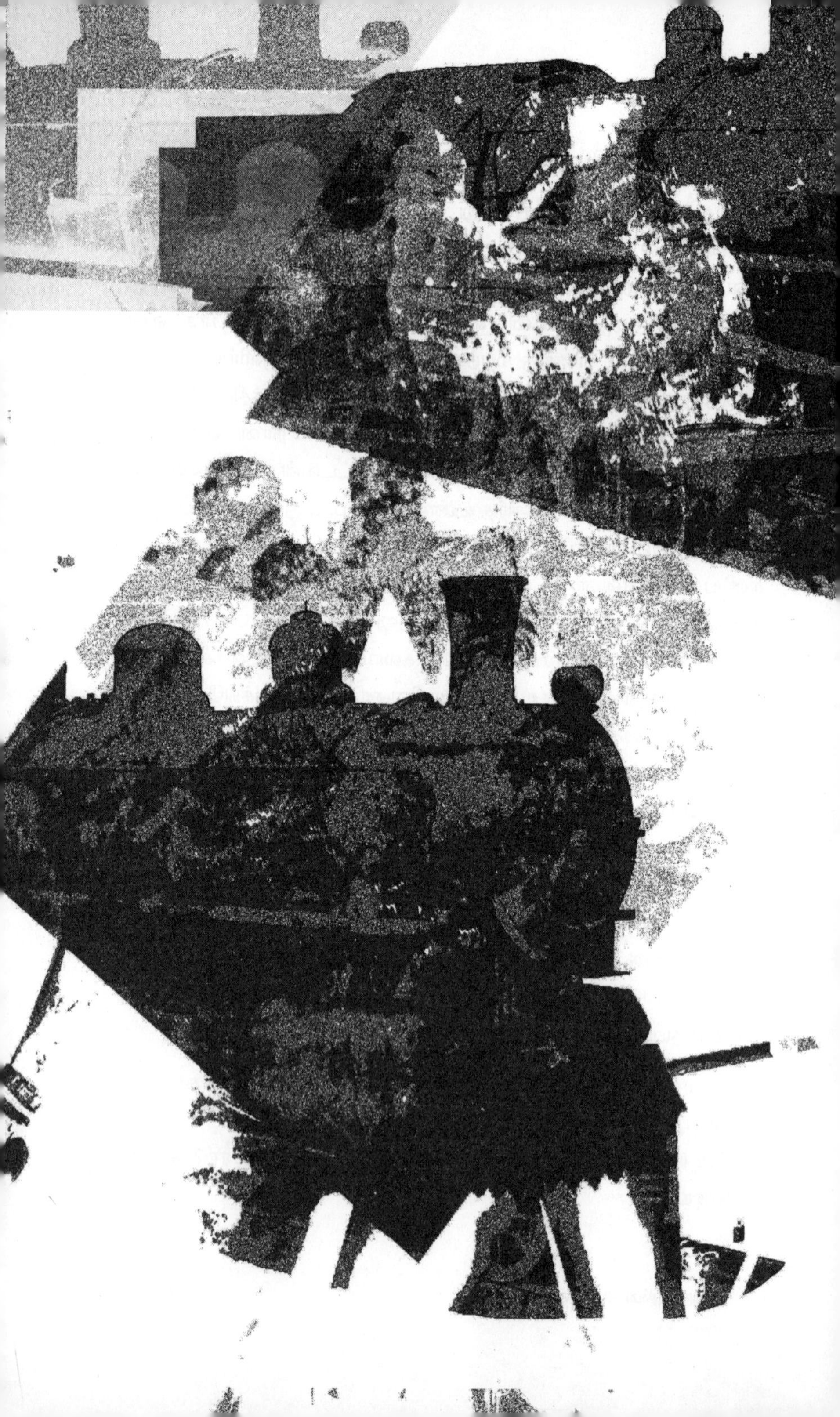

பகிர்தலற்ற காதல்போல அது அவரை எப்போதும் மூச்சிரைக்க வைத்தது. நிஜத்தில் மாஸ்டரை உலக வாழ்க்கையோடு இன்னும் இணைத்திருந்த இணைப்புச் சங்கிலியாக ‘சாப்பாட்டி’ இருந்தான். சாப்பாட்டி என்றால் கிட்டத்தட்ட மனித உருவமுள்ள வேலைக்காரன். வேலைக்காரன் என்ற பதம் எந்தளவிற்குப் பொருந்திப் போகும் என்று தெரியவில்லை. பசிக்கும்போதெல்லாம் ஒரே உணவை ஒரே சுவையில் சமைத்துக் கொண்டு வருவான். சாப்பாட்டியின் அருவெறுக்கத்தக்க உடலும், வெறுப்படைந்த கண்களும் மலத்தின் மீது மொய்த்துப் பறக்கும் ஈக்களை நியாபகப்படுத்தும். மேலதிகாரிகளுக்குக் கடிதங்களை ரெஜிஸ்டர் தபாலில் சேர்க்க சாப்பாட்டிதான் மாஸ்டருக்கு உதவுவான். மாதச் சம்பளம் என்ற பெயரில் அவன் எதையோ கொண்டு வந்து தருவான். அவன் கொண்டு வந்தால்தான் பத்திரிகைகள் மூலமாவது அவர் வெளியுலகைப் பார்க்க முடியும் என்று மாஸ்டருக்குத் தோன்றும்.

மாஸ்டர் எப்போதும்போலக் கேட்டார்.

‘‘நீ அந்தக் கடிதத்தை ரிஜிஸ்டர் பண்ணலையா? மேலதிகாரிகளைப் பார்த்து என் சம்மந்தமா பேசனியா? எனக்கு பதிலாக வேறொரு ஆளை மாற்றித் தரும்படி நான் கேட்கும் என் கோரிக்கையைச் சொன்னியா?’’

சாப்பாட்டி எல்லாவற்றையும் ஒருவிதச் சோம்பலோடு கேட்டுக் கொள்வான். பிசாசுக்கும் மனிதனுக்குமிடையில் என்பது மாதிரியிருக்கும் அவனுடைய முகம். அன்று சாப்பாட்டியின் எந்த பாவமும் காட்டாத முகத்தையும் கவனமின்மையையும் பார்த்து கோபத்தில் வெடித்துக் கத்தினார் மாஸ்டர்.

‘‘எங்க கவனிச்சிட்டிருக்க? நான் சொல்றது கேட்குதா? என் கடிதங்களையும் மனுக்களையும் நீ மேலதிகாரிகளிடம் கொடுத்தியா இல்லையா?’’

அவன் சூன்யமான கண்களோடு மாஸ்டரை வெறித்துப் பார்த்தான். எத்தனையோ நூற்றாண்டுகளாய் தொடரும் பார்வை அது. மாஸ்டர் அவன் முன்னால் தன் வேதனையை அடக்க மிகவும் பிரயத்தனப்பட்டார்.

"நான் டியூட்டியை விட்டுட்டு போயிடுவேன். என்னால இதை விட்டுட்டு போக முடியாதுன்னு நீ நெனக்கறியா?"

சாப்பாட்டி கருமணிகளே இல்லாத கண்களுடன் எங்கேயோ பார்த்துக்கொண்டு நின்றான். அன்றைக்கும் இதே மாதிரியேதான் ஒரு காட்சி அரங்கேறியது.

தான் வழக்கத்திற்கு மாறாக இன்று கோபம் கொண்டதாகவும் இந்த ஆவேசம் வயதானதால் அதிகமாகிவிட்டதென்றும் அவர் நினைத்தார். விட்டுவிட முடியாத தண்டனையாகயிருக்கும் ஒரு நன்மை, தன்னைக் கறண்டித் தின்பதாக மாஸ்டர் உணர்ந்தார். உனக்கு இந்த ஸ்டேஷனில் ஒரே வேலைதான் இருக்கிறது. விபத்துகளுக்கு நீயே காரணமாகி விடக் கூடாது. ஒரே தண்டவாளத்தில் இரண்டு வண்டிகள் ஓடக் கூடாது... பிஞ்சுக் குழந்தைகளை அலறி அழ வைக்கக் கூடாது... குழந்தைகளை இழந்த அம்மாக்களின் அழுகுரலை நாம் கேட்கக் கூடாது... விதவைகளின் கண்ணீர் ஓலங்கள் நம்மைத் தீண்டக்கூடாது...

அவர் கடுஞ்சிறையில் சங்கிலிகள் உராயும் சப்தத்தைக் கேட்டார்.

"என்னால் இந்த ஸ்டேஷனிலிருந்து வெளியேறவே முடியாதா?"

அவரது ஆத்மாவைத் திடுக்கிட வைத்தபடி எதிர்பாராமல் ஒரு ரயில் வண்டி அலறிப் பாய்ந்து ஓடிக் கடந்தது. மின்னல் வேகத்தில் ஸ்டேஷனுக்குள்ளே போய் கொடியைப் பிடித்து உயர்த்தினார். கடமையை நிறைவேற்றிய திருப்தியா? இல்லை, அர்த்தமின்மையின் மொத்த வடிவமா? அவருக்கே தெரியவில்லை.

ஒவ்வொரு ரயில் கடக்கும் போதும் அவரை இந்த நினைவுகள் பல மணி நேரங்கள் வேட்டையாடின.

அதன் முடிவில் அவர் மேலதிகாரிகளுக்கு மீண்டும் கடிதம் எழுதினார். பொங்கி வந்த வேதனையாலும் ஆற்றாமையாலும் அவர் ஒரு அரசாங்க மனுவில் கைக்கொள்ள வேண்டிய அலுவல் வார்த்தைகளைக்கூட மறந்து விட்டார்.

அது தீனமான ஒரு சோகக் காவியமாக மாறாமலிருக்க அவர் பெரும் சிரத்தையெடுத்துக் கொண்டார்.

தன் மனுவில் ஒருமுறை அவர் இப்படி எழுதினார்.

''எதற்காக ஐயா, தொலைபேசிக் கம்பிகள் இதன் வழியாகக் கடந்து போகின்றன? ஒருபோதும் கருத்துப் பரிமாற்றம் செய்ய முயற்சிக்காத இறுகிய மனமுடைய ஒரு அதிகாரிதான் இந்தக் கம்பிகளை இப்படி இறுகக் கட்டினாரா?''

ரயில் நிலைய எல்லையை விட்டுப்போக ஸ்டேஷன் மாஸ்டரால் எப்போதும் முடிந்ததேயில்லை. ஒருபோதும் என்று சொல்லிவிட முடியாது. ஒரே ஒருமுறை அவர் அப்படிப் போயிருக்கிறார். தண்டவாளங்களில் வண்டி வருவதற்கான சத்தத்தைக் கவனமாகக் கேட்டறிந்தார். மிகக் கவனமாகத் தண்டவாளத்தின் மீது நடந்தார். நல்ல பனி கொட்டும் காலையாயிருந்தது அன்று.

அவர் பார்த்தார்.

வழியருகே துர்பூதங்கள் போல தொலைபேசிக் கம்பங்கள். பறவைகள் எதையோ பார்த்து பயந்தது போல ஒற்றை மரங்களை விட்டுப் பறக்கின்றன.

ரயில் நிலையத்தைத் தாண்டின ஒவ்வொரு அடியிலும் அவர் உத்திரவாதமின்மையை உணர்ந்தார். கடமையும் அதிகாரமும் சேர்ந்து கைவிடப்பட்ட நிலைக்கும் கடினமான பய உணர்விற்கும் உட்பட்டு அவரின் இதயத் துடிப்பு அதிகமாகிக் கொண்டே போனது. எல்லையற்ற அகலங்களில் பனி மூடியிருந்தது. நீண்டு போகும் தண்டவாளங்களில் சத்தத்தின் மெலிதான பொறி பூமிக்குள் வந்து

விழுகிறது? ரயில் வருகிறதா? கடவுளே, யாருமற்ற அனாதையாக என் ஸ்டேஷன்...

அவர் திடீரென பயந்தபடி திரும்பி ஓடி வந்து கொடியெடுத்து வீசத் தயாராக நின்றார்.

அன்று சாப்பாட்டி பலமுறை வந்தான். அவன் தன் பிசாசு முகத்தைக் கழுவித் துடைத்திருக்கவில்லை. தனிமையைத் தீர்க்க மாஸ்டர் தன் ஓய்வறையில் ஆள் உயரக் கண்ணாடியையும் சுகபோக வஸ்துகளையும் நிறைத்திருந்தார். நிறைந்து நிற்கும் மனிதக் கூட்டத்தின் பல படங்களைச் சுவரில் ஒட்டி வைத்திருந்தார். அவர் மீது படிந்த தனிமையைத் துடைத்துக் கொள்ள என்னென்னவோ செய்தார். முதலில் மிகவும் வெறுப்பு தோன்றும்போது கண்ணாடிக்கு முன்னால் அதிக நேரம் தன்னையே பார்த்தபடி நின்று, வேறு யாரும் பார்க்கவில்லை என்ற உறுதியில் பலவிதமான முக பாவங்களை மாற்றி மாற்றிப் பார்க்கவும் செய்தார். அதுவும் சலிக்கத் தொடங்கியபோது கண்ணாடிக்கு முன்னால் நின்று அபிநயம் பிடிக்க ஆரம்பித்தார். நர்த்தகன் வேறு யாரோ என்றும், தான் அதைப் பார்த்துக் கொண்டு மட்டுமே நிற்பவன் என்பது மாதிரியும் சில நேரங்களில் நின்று கொண்டிருப்பார். மெல்ல மெல்ல சுவாரஸ்யமற்ற இந்தச் செயலும் அவருக்கு சலிக்க ஆரம்பித்தது. தாமதிக்காமல் அழகு சாதனங்களையும், அலங்காரப் பொருட்களையும் தூக்கி வெளியே எறிந்தார். எந்த உபயோக பொருட்களானாலும் மாஸ்டருக்குப் புலப்படாத சவக்களையையே தந்தது.

பழமையான மணமுள்ள ரயில் நிலையமும் ரயிலுக்கான காத்திருப்பும் அனல் காற்றும் மீண்டும் அவரை வேட்டையாடின.

இரண்டு

கடந்து போன வருடங்களில் ஒருபோதும் எந்த ரயிலின் வருகையும் அவருக்குத் தெரியாமலிருந்ததில்லை. ஒரு வண்டிக்குக்கூட அவர் கொடியசைக்காமல் விட்டதில்லை.

காற்றில் அசைந்தன. அவற்றின் உரசும் சத்தம் கேட்டு முதல்முறையாக மாஸ்டர் பயப்படவில்லை.

ஸ்டேஷனை விட்டுப் போகப்போக அவருக்கு, தான் புத்தம்புதிய பூமியில் மீண்டும் மிகப்புதிதாய் பிறந்து விழுவதாகத் தோன்றியது. ஒற்றை மரத்திலிருந்து எதனாலோ அன்று பறவைகள் பயந்து கூட்டமாகப் பறக்கவில்லை. மாஸ்டர் மிகப் புதியவனாகவும் நல்லவனாகவும் தன்னைத்தானே உணர்ந்தார்.

திரும்பிப் பார்த்தபோது தன் ஸ்டேஷன் தூரத்தில் ஒரு புள்ளியைப்போலத் தெரிந்தது. இருபக்கமுள்ள மரக்கூட்டங்கள் வெள்ளை நிறத்தோடு இருப்பதாய் அவருக்குத் தோன்றின. ஸ்டேஷனைச் சூழ்ந்திருந்த புராதன வாசனை தன்னிலிருந்து மெல்ல மெல்ல அகலுவதை அவர் உணர்ந்தார்.

தூரத்தில் ஒரு பறவை தன்னை மறந்து பாடுகிறது? சுகந்தம் மேவிய காற்று என்னை முத்தமிடுகிறதா? தண்டவாளத்தின் வழியாக முன்னால் போகப்போக பயணத்திற்கு ஒரு தாளமும், சுகமும் கைகூடுவதை அவர் உணர்ந்தார். இந்த வெறுமையில் தொலைவாக மறைந்திருக்கும் மர்மம், தன் காட்சியிலிருந்து முற்றிலும் மறையத் துவங்குகிறது. இதோ தண்டவாளத் திருப்பம். மாஸ்டர் நடுங்கிப் போனார். தண்டவாளங்கள் தனித்தனியாகப் பிரிகிறது. அது தனித்தனியாக இணை பிரிந்து மீண்டும் கண்காணாத் தொலைவிற்கு... கடவுளே... அப்போது என் வண்டிகளும்... நான் ஆயுட்காலத்தில் தனித்து தகித்திருந்து பார்த்ததெல்லாம் எதற்காக?

அவரால் கண்ணீரை அடக்கவே முடியவில்லை.

மாஸ்டருக்கு வயதாகிக் கொண்டிருந்தது. அவர் தொடர்ந்து மேல் அதிகாரிகளுக்கு மனு எழுதிக் கொண்டேயிருந்தார். தான் நியமிக்கப்பட்ட தேதியும், எழுதிய துறைத் தேர்வுகளும், மேற்கொண்ட பயிற்சிகளும் கூட அவருடைய நினைவுகளின் மயானங்களில் புதைப்பட்டுக் கிடந்தன. குளிர்காலம் கடந்த ஒரு நாளில் தன்னைப் போலொரு ஆள் தண்டவாளங்களின் இரு முனைகளிலும் இருப்பாரல்லவா என்று தோன்றியது. இருப்பார். இத்தண்டவாளங்களினூடாகவே நடந்தால் அப்படி ஒரு ஆளைக் கண்டிப்பாகப் பார்க்கலாம். ஆனால் தன் ரயில் நிலையத்தை விட்டுவிட்டு எப்படிப் போவது? அதற்கிடையில் ஏதாவது வண்டி ஸ்டேஷனைக் கடந்தால் என்ன செய்வது? உத்திரவாதமில்லாத மனிதன், சலனமுள்ள ஒரு சவம் மட்டும்தான். மிகச் சரியான குற்றவாளியும் கூட. சட்டென அவருக்கு எல்லாவற்றின் மீதும் மிக ஆயாசமாக இருந்தது.

வருடங்களின் மறதியினூடாக நூறாயிரம் உருக்கு ரயில்கள் இந்த வழியாகப் போயிருக்கின்றன. ஒருபோதும் ஒரு வண்டியின் டிரைவரையும் தான் கவனித்ததில்லை. யாரும் எனக்கு வணக்கம் செய்ததில்லை. பகலில், நடுஇரவுகளில், ஏதோ சவ வண்டியைப்போல அவை கடந்து போயிருக்கின்றன. தனது இருப்பிற்கு ஒரு மரியாதையையும் அவை தந்ததில்லை. அதனால்... அதனால் அவர் தன் யூனிஃபார்மில் வைக்கோல் நிறைத்து ஒரு பொம்மை செய்தார். ஒரு பச்சைக் கொடியையும் அதன் கையில் கொடுத்து தண்டவாளத்திற்குக் கொஞ்சம் தள்ளி நிறுத்தினார். சாப்பாட்டியிடமிருந்து அவர் இதையெல்லாம் மறைத்துவைத்தார். அதிகாரத்தின் ஏகபோக ஒற்றன் அவன்.

எல்லாம் மிகச் சரியாக வந்திருக்கிறது என்று திருப்தியான பிறகு மாஸ்டர் ஸ்டேஷனிலிருந்து நடக்க ஆரம்பித்தார். ஒவ்வொரு அடியும் கொடிய பாரமாக பூமியில் பதிந்தது. துர்தேவதைகள் வசிக்கும் டெலிபோன், கம்பங்களில் இறுக்கிக் கட்டிய கம்பிகள்